# ही वाट सूर गाते

श्रीपाद उंब्रेकर

संकलन आणि शब्दांकन साहाय्य
प्राची जोशी-हर्षे

सकाळ प्रकाशन

सकाळ प्रकाशन

**Hee Waat Sur Gaate**
© **2026,** Shripad Umbrekar

**ही वाट सूर गाते**
© २०२६, श्रीपाद उंब्रेकर

प्रथम आवृत्ती : २१ जून २०२६
प्रकाशक : सकाळ मीडिया प्रा. लि.
५९५, बुधवार पेठ, पुणे ४११ ००२

संकलन आणि
शब्दांकन साहाय्य : प्राची जोशी-हर्षे
संपादन : सारद मजकूर
मुद्रितशोधन : अश्विनी महाजन
मुखपृष्ठ : मधुमिता शिंदे
मांडणी : केशर ग्राफिक्स

ISBN : 978-81-69355-12-4
संपर्क : ९८८१५ ९८८१५ / ८८८८८ ४९०५०
sakalprakashan@esakal.com

गुरु पंडित रामचंद्र विनायक पटवर्धन

माझे आई-वडील

आणि

श्री गुरुचरणी

आदरपूर्वक अर्पण...

# मनोगत

असंच एकदा टिळक स्मारक मंदिर येथे खाली चहा घेताना गप्पांची मैफील जमली. मी आठवणी / किस्से सांगत होतो आणि वेळेचं भान राहिलं नाही. इतर मंडळीही यात सामील झाली. बरोबर असणाऱ्यांत मित्रवर्य सुप्रसिद्ध फोटोग्राफर सतीश पाकणीकर होते. रंगतदार गप्पांनंतर त्याने माझे अनुभव आणि आठवणी लिहिण्याचे सुचवले. मी फारसं मनावर घेतलं नाही, यात बरीच वर्षं लोटली. २०१२मध्ये थोडं लिहिण्यास सुरुवात केली; पण त्यातही काही कारणाने खंड पडला. माझी स्मरणशक्ती उत्तम असल्याने मी मुद्दे लिहीत गेलो. २०२५मध्ये मी परत लिहिता झालो आणि हे प्रलंबित लिखाण विलंबित किंवा मध्य लयीत न करता द्रुत गतीने पूर्ण केलं.

वेगवेगळ्या वळणावर माझी जडणघडण न ठरवता कशी होत गेली हे खरंतर कळलंच नाही; पण त्यात समाधान मिळाले हे निश्चित! हेच शब्दबद्ध करण्याचा मी प्रयत्न केला आहे.

तुम्हांलाही वाचताना ते नक्की भावेल, असं वाटतं.

*ही वाट सूर गाते* या पुस्तकासाठी संपादन आणि संकलन करणाऱ्या प्राची जोशी-हर्षे यांनी घेतलेले प्रचंड परिश्रम आणि सदैव मदतीचा हात पुढे करणारे प्रसिद्ध पियानोवादक सौरभ गोडबोले यांच्यामुळे हे काम साध्य झाले.

माझे प्रकाशक सकाळ प्रकाशन आणि त्यांची टीम यांनी उत्तम स्वरूपात हे पुस्तक तयार करून वाचकांपर्यंत पोहोचवण्यास मोलाची मदत केली, त्याबद्दल मी त्यांचा मनापासून आभारी आहे. तसेच या पुस्तकासाठी माझ्या अनेक सुहृदांनी आवर्जून त्यांच्या शुभेच्छा शब्दरूपात पाठवून मला जो पाठिंबा दर्शवला, त्याबद्दल मी त्यांचा ऋणी आहे. माझे या सूर वाटेवरचे प्रिय मित्र आणि कवी-गझलकार रमण

रणदिवे यांनी लिहिलेली उत्तम प्रस्तावना या स्मृती संकीर्तनासाठी मौल्यवान आहे.

हे पुस्तक आपणा सर्व वाचकांच्या हाती देताना मला मनापासून आनंद होत आहे. कारण हे पुस्तक तयार होत असताना मी पुन्हा एकवार माझ्या गानप्रवासाच्या सुंदर वाटेवर प्रवास करून आलो... सुहृदांच्या आठवणीत रमलो... मागे वळून पाहताना लक्षात आले, की हा प्रवास किती सुंदर होता, समृद्ध होता!

*ही वाट सूर गाते* या पुस्तकाबद्दलची भावना मित्रवर्य संजय पंडितांनी त्यांच्या कवितेतून अतिशय सुंदररीत्या व्यक्त केली आहे.

**ही वाट सूर गाते...**

*माझ्यात दंग असतो मी पाय टाकताना*
*ती सोबतीस असते एकान्त पेलताना...*

*दिसले किती ऋतूंचे सौंदर्य बहरलेले*
*दिधले तिने कितीक त्यांचेच पुष्पझेले...*

*मी बोलतो तिच्याशी निःशब्द होउनीया*
*ती सांगते मलाही मूकार्थ जाणुनीया...*

*माझ्याच पावलांचे देतो ठसे तियेला*
*रेंगाळुनी तिथेच मी शोधतो स्वतःला...*

*उमटे तिच्यात माझे हे सार जीवनाचे*
*जडले अतूट नाते एकात्म भावनेचे...*

*माझ्याच स्पंदनांचे आकंठ गीत होते*
*अन् सोबतीस माझ्या ही वाट सूर गाते...*

संजय पंडित (तबलावादक)

संजयच्या शब्दांतून ही सुरांची वाट माझ्यासाठी किती हृदयाजवळची आहे हे मला ठळकपणे जाणवलं. या वाटेवर चालताना काही ठिकाणं सुटून गेली खरी; पण ज्या ठिकाणी थांबता आलं, काही मनाजोगं करता आलं त्याचं निश्चितच मोठं समाधान आहे.

आता, या पुढच्या प्रवासात मात्र राहून गेलेलं कार्य साध्य करण्याचा मी खात्रीने प्रयत्न करेन!

**श्रीपाद उंब्रेकर**

# प्रस्तावना

## गाणाऱ्या वाटेवरील ध्येयनिष्ठ प्रवास

साहित्य, संगीत आणि तत्त्वज्ञान माणसाचं बोट धरून त्याला नवनव्या वाटा दाखवत असते. या जगात कविता आणि संगीत यांचा प्रीतिसंगम रसिकांच्या तळहातावर नेऊन ठेवण्याचं काम कलावंत करत असतात. त्यांच्या आवाजात चिरंतन उमलणे असते. मुळात बावनकशी असलेल्या सोन्याचा दागिना कसा करावा, हेही सर्जनशील कलावंताला माहीत असतं. स्वर आणि लय सतत रुणझुणत असतात, अशा वेळी कवीच्या शब्दांनी पकडलेली सांजवेळ स्वरसंपन्न होऊन कलेच्या दालनात येते, तेव्हा मात्र ते नक्षत्रांचे देणे होते!

गेल्या ४० वर्षांपासूनचा माझा बहुगुणी मित्र श्रीपाद ऊर्फ राजन उंब्रेकर – आम्हां दोघांची मैत्री झाली आकाशवाणीत. १९७०-८०चा तो काळ खऱ्या अर्थाने मंतरलेला होता. अनेक दर्जेदार कार्यक्रम तेव्हा आकाशवाणीवरून प्रसारित होत असत. दरमहा एक कोरस गीत सादर केलं जायचं. त्या वेळी प्रसिद्ध संगीतकारांच्या रचना आम्ही गात होतो. राजनही आमच्याबरोबर कोरसमध्ये गायला असायचा.

शास्त्रीय संगीताची उत्तम बैठक, सुरेल आवाज, काव्याची सखोल जाण व आवड यामुळे राजनशी लवकरच मैत्री झाली. आम्ही भेटलो तेव्हा त्याने माझ्या हातात स्वतःच्याच कलाप्रवासावर लिहिलेलं 'ही वाट सूर गाते' या सुंदर शीर्षकाचं टंकलिखित पुस्तक दिलं.

घरी येऊन लगेचच मी ते वाचायला घेतलं आणि एकाच बैठकीत वाचून काढलं. एका सर्जनशील कलावंताचा सांगीतिक प्रवास वाचताना खूप आनंद वाटला. कलावंत म्हणून घडत असतानाचा काळ खूपसा खडतर, कष्टप्रद; परंतु तितकाच अपार आनंददायीही आहे.

राजनला जन्मजात गोड आवाजाची देणगी लाभली. गाण्यासाठी उत्तेजन, प्रोत्साहन त्याला घरातूनच मिळालं. मॉडर्न शाळेत प्राथमिक विभागात शिकत असताना वार्षिक स्नेहसंमेलनाच्या कार्यक्रमातून राजन हमखास गात असे. त्याच्यातल्या गायकाची नांदी इथेच सुरू झाली. इथेच त्याला पहिले गानगुरू पंडित रामचंद्र विनायक पटवर्धन यांची छत्रछाया लाभली. आदरणीय गुरुजींच्या मौलिक मार्गदर्शनामुळे राजनमध्ये सभाधीटपणा आला. याचा त्याला पुढील आयुष्यात खूप फायदा झाला. गायक, संयोजक अशा भूमिका बजावताना तर त्याच्यामध्ये ठाम विश्वास निर्माण झाला. कुठल्याही लहान-मोठ्या व्यासपीठावर तो न घाबरता सहज वावरू लागला. पुस्तकातील दुसऱ्या प्रकरणात राजनने याबाबत सविस्तर लिहिले आहे.

या कलाप्रवासात राजनला बाबूजी, गजाननराव वाटवे, राम फाटक, सुधीर मोघे, माणिकताई, डॉ. प्रभा अत्रे, यशवंत देव, मालिनीताई राजूरकर, पंडित भीमसेन जोशी अशा अनेक दिग्गजांचा सहवास लाभला. आणखीही विख्यात कवी, संगीतकार, गायक, गायिका, वादक बरेच आहेत. विस्तारभयास्तव काही नावं मी वगळली आहेत.

अनेक नामवंत संस्थांमधून राजनने आपली कला सादर केली आहे. 'स्वरानंद', 'स्वरमुग्धा', 'अनन्वय' या संस्था सुगम संगीतासाठी दर्जेदार कार्यक्रम देणाऱ्या असल्यामुळे राजनला त्या-त्या संस्थेमधून कला सादर करण्याची संधी मिळाली. यामुळे त्याचं नावही झालं आणि रसिकमान्यताही मिळाली. 'मंतरलेल्या चैत्रबनात' या सांगीतिक कार्यक्रमात सहभाग घेतल्यामुळे राजनची आणि तबलावादक संजय पंडितांची ओळख झाली. समविचारी कलाकार-मित्र एकत्र आले. दोघांनी 'सुगम' संस्था काढली. सुगम संस्थेतील दर्जेदार कार्यक्रमांचा सविस्तर आढावा राजनने घेतला आहे. सुगममुळे राजनला कार्यक्रमाच्या आयोजनाबाबत विशेष आकलन झाले. अनेक सांगीतिक, साहित्यिक, चर्चात्मक कार्यक्रम देऊन सुगमने रसिकमान्यता मिळवली याबाबत राजनने पुस्तकात सविस्तर लिहिलं आहे.

सुधीर मोघे, अजित सोमण, प्रभाकर वाडेकर काळाच्या पडद्याआड गेले. जिवलगांच्या आकस्मिक जाण्याने राजन उन्मळून पडला... त्यातच राजनचा गाता गळा गेला... त्याला गाताच येईना... एक उमदा गुणी गायक पार खचून गेला... 'सुगम'चं कामकाजही कमी झालं!

परंतु फिनिक्स पक्ष्याप्रमाणे तो नवी स्वप्नं घेऊन, नवनव्या भूमिकेतून कला-प्रदेशात परत आला. काही जवळच्या मित्रांच्या प्रेमाखातर राजनने मोजक्या

कार्यक्रमांचं सूत्रसंचालनही केलं; पण निवेदनाच्या क्षेत्रात तो फारसा रमला नाही. नंतर मात्र त्याने ध्वनीचित्रफिती बनवण्याचं मनावर घेतलं. बाबूजी, लतादीदी अशा नामवंतांवर दर्जेदार दृकश्राव्य कार्यक्रम तयार केले, ते तो सादर करतो आहे. लय-तालाच्या आकर्षणातून राजन कोरिओग्राफीकडे आकर्षित झाला. त्याने मधुबाला ते माधुरी (मुगल-ए-आजम ते देवदास) एक नृत्यमय झलक असा नृत्याला समर्पित भव्य रंगमंचीय कार्यक्रम सादर केला. या कार्यक्रमाला पंडिता रोहिणी भाटे यांच्यासारख्या दिग्गजांचं मार्गदर्शन - कौतुक लाभलं. अजूनही त्याच्या डोक्यात नवनव्या संकल्पना आहेत.

पुस्तकात राजनने आपल्या सुहृदांविषयी समरसून लिहिलं आहे. आर्थिक मदत करणाऱ्या दिलदार मित्रांचा त्याने कृतज्ञतापूर्वक उल्लेख केला आहे. 'खरंतर कुठलंही संगीत हे सूर, ताल, लय, आणि शब्द यामुळेच तयार होतं. प्रत्येक प्रकारच्या संगीतामध्ये हे तीन घटक असतातच; यात कुठल्या घटकाचं प्राबल्य होऊ द्यायचं हे ते संगीत सादर करणाऱ्या कलावंतावर अवलंबून असतं,' असं संगीततज्ज्ञ किरण फाटक यांनी म्हटलं आहे.

सन्मित्र श्रीपाद उंब्रेकर यांच्या *ही वाट सूर गाते* या पुस्तकाचं संक्षिप्त स्वरूप असं आहे. पुस्तकात त्यांनी इतरत्र लिहिलेले लेखही आहेत, तसंच मोजकी सुरेख छायाचित्रंही आहेत.

कालपरत्वे सुगम संगीताचे व्यासपीठीय कार्यक्रम कसे बदलत गेले; गाण्याचे व्याकरण आणि शब्दसामर्थ्याचा आवाका ज्यांना झेपत नाही, असे कितीतरी कलावंत फक्त प्रसिद्धीच्या मागे लागले आहेत, याबद्दल लेखकाने समंजस खंत व्यक्त केली आहे. रियाज - साधना - संस्कार - सिद्धी आणि प्रसिद्धी या पायऱ्या आताचे कलाकार साफ विसरले आहेत. काही अपवाद नक्कीच आहेत. लेखकाची ही तळमळ त्याने व्यक्त केली आहे.

आज अस्तित्वाच्या ज्या नैतिक आणि जबाबदार वळणावर राजन उभा आहे, ते वळण म्हणजे भूतकाळातील अनेक वळणांची बेरीज आहे. या वळणावरून पुढे जाताना राजनला काळ सतत दटावत होता, की 'अधिक नेटाने, निःस्वार्थपणाने संगीताची सेवा कर!' कलेचं एकेक दार उघडताना कलावंत मानसिक दृष्टीने रक्तबंबाळ होतो. आसवांच्या ठिणग्यांचे चांदणे करताना कलावंताजवळ मात्र सांधे बदलणारे निर्मळ मन असावे लागते.

**रमण रणदिवे**

कवी, गझलकार, गायक, संगीतकार

# मान्यवरांच्या शुभेच्छा

कलाकार म्हटलं की तो झोकून देणारा असला पाहिजे – म्हणजे ती कुठलीही कला असो – चित्रकला, शिल्पकला, संगीत दिग्दर्शन, नृत्यकला किंवा गायनकला! पण, ज्या कलाकारांच्या मनात 'काहीतरी वेगळं करून दाखवायचं' हे ध्येय असतं, तेच कलाकार आपल्या कलेत काही ना काही प्रमाणात अर्थपूर्ण गोष्टी साध्य करू शकतात. असंच आपलं ध्येय साध्य करणारे कलाकार म्हणजे श्रीयुत श्रीपाद उंब्रेकर.

त्यांचा प्रवास समृद्ध आणि बहुआयामी आहे. लहान वयापासून त्यांनी पंडित रामचंद्र विनायक पटवर्धन आणि गजाननराव वाटवे यांसारख्या दिग्गज गुरूंकडे गायनाचं शिक्षण घेतलं. विविध ठिकाणी आपल्या गायनाचे कार्यक्रम सादर करत त्यांनी रसिकांची मनं जिंकली, तसंच गाण्याच्या क्षेत्रात अनेक वेगळे आणि अभ्यासपूर्ण उपक्रम राबवले.

सुप्रसिद्ध कवी रॉय किणीकर यांच्या 'रात्र उत्तरात्र' या रुबायांना संगीत देण्याचा उपक्रम केला, नाटकांना संगीत दिलं. 'आठवणीतल्या कविता' संगीतबद्ध करून कार्यक्रम सादर केला आणि त्याची सीडीही प्रकाशित केली. बाबूजींवर आधारित कार्यक्रम सादर करून त्यांनी आपल्या कलेची एक वेगळी छटा रसिकांसमोर आणली. हे इतकं विलक्षण आहे, की त्यांनी कार्यक्रम संयोजक, संगीत दिग्दर्शक आणि मार्गदर्शक म्हणून 'सुगम संगीत' क्षेत्रात मोलाचं योगदान दिलं.

अशा या समृद्ध कलाप्रवासातून साकार होणारं त्यांचं पुस्तक – *ही वाट सूर गाते* – हे नावाप्रमाणेच गोड, सुरेल आणि मनाला भिडणारं असेल, याची मला खात्री आहे.

या पुस्तकाच्या निमित्ताने श्रीपाद उंब्रेकर यांना मनापासून शुभेच्छा आणि हार्दिक अभिनंदन! त्यांनी यापुढेही संगीत क्षेत्रात असेच दर्जेदार आणि प्रेरणादायी उपक्रम राबवावेत, हीच परमेश्वरचरणी प्रार्थना!

**श्रीधर फडके,**

सुप्रसिद्ध संगीतकार - गायक

माझा जवळचा मित्र राजन – म्हणजेच श्रीपाद उंब्रेकर. आमची मैत्री गेली तब्बल ४५ वर्षं टिकून आहे. 'चैत्रबन'च्या माध्यमातून आमची ओळख झाली आणि त्यातूनच मैत्री फुलली; ती आजही ती टिकून आहे.

संगीताची उत्तम जाण आणि सखोल अभ्यास असलेला माझा हा मित्र एक चांगला गायक होता. मात्र, काही काळानंतर त्याने गायन थांबवलं... आणि त्याचं आम्हां सगळ्यांनाच वाईट वाटलं. त्याच्या पूज्य मातोश्रीही काही वेळा मला म्हणायच्या, ''तू त्याला पुन्हा गाणं सुरू करायला सांग; कदाचित तो तुझं ऐकेल.'' पण, गायन थांबवण्याचा त्याचा हट्ट त्याने सोडला नाही.

*ही वाट सूर गाते* या पुस्तकाच्या रूपाने त्याच्या सांगीतिक आयुष्याचा आलेख रसिकांसमोर येत आहे. या पुस्तकात त्याची साधी - सोपी - सहज आणि सुंदर भाषा, ओघवती शैली, प्रांजळपणे केलेलं भाष्य, आणि गरजेनुसार रोखठोक मत असे काही गुण मला जाणवतात.

त्याचे अनुभव वाचायला सर्वांना आवडतील, याची मला खात्री आहे.

राजनला मनापासून शुभेच्छा!

**डॉ. अरविंद थत्ते,**

सुप्रसिद्ध हार्मोनियमवादक

*ही वाट सूर गाते* हे शीर्षक किती सुंदर आणि बोलकं आहे! ज्या व्यक्तीने असा सुरांची साथ घेऊन आपला जीवनप्रवास केला आहे, ती व्यक्ती किती भाग्यवान! अशाच भाग्यवान व्यक्तींपैकी एक म्हणजे श्रीपाद उंब्रेकर, ज्यांना शब्द आणि सुरांच्या सहवासाने श्रीमंत केलं. त्यांना खुद्द माननीय संगीतकार सुधीर फडके यांचा प्रदीर्घ सहवास लाभला. आपल्या या वाटचालीचे हे सारे अनुभवविश्व त्यांनी

या पुस्तकात लिहून ठेवले आहे. हा संगीत क्षेत्रातला फार मोठा दस्तऐवजच जणू खूप मेहनत घेऊन त्यांनी आपल्यासाठी उपलब्ध करून दिला आहे. यासाठी त्यांचे आभार मानावेत तितके कमीच आहेत. त्यांच्यासारख्या अनुभवी गायकाने घेतलेला हा सांगीतिक आढावा वाचायला सगळे उत्सुक असतील. कारण हा कलासक्त मनाने घेतलेला कलानिर्मितीचा शोध आहे. सजगतेने केलेल्या या त्यांच्या सांगीतिक प्रवासाला आणि त्यांच्या पुढील वाटचालीसाठीदेखील खूप खूप शुभेच्छा!

**डॉ. माधवी वैद्य**

प्राध्यापक, लेखक, समीक्षक व

महाराष्ट्र साहित्य परिषदेच्या माजी कार्याध्यक्षा

आकाशवाणीमधल्या नोकरीत अनेक कलाकार-मंडळी भेटली आणि गुणविशेषांमुळे लक्षात राहिली. गायक - संगीतकार श्रीपाद उंब्रेकर हे त्यापैकीच एक सुहृद!

आकाशवाणी पुणे केंद्र हे एके काळी पुण्यातील महत्त्वाचं सांस्कृतिक केंद्र होतं. पुणे शहरात साहित्य, संगीत, नाट्य या विषयातील जी उत्तुंग व्यक्तिमत्त्वं होऊन गेली त्यांचा पूर्वी आकाशवाणीशी वारंवार संबंध आला. यातली काही प्रतिभावंत माणसं आकाशवाणीत नोकरीलाही होती. व्यंकटेश माडगूळकर, सीताकांत लाड, कृ. द. दीक्षित, राम फाटक, मधुकर गोळवलकर, बा. भ. बोरकर या मंडळींनी आकाशवाणी पुणे केंद्राला मोठे देणे दिले!

आकाशवाणी केंद्रामध्ये ज्यांची संगीत विभागात नित्य वर्दळ असे अशा मंडळींची जडणघडण त्या पार्श्वभूमीवर घडली आहे... आणि श्रीपाद उंब्रेकर त्यांपैकी एक आहेत. *'बालोद्यान'* कार्यक्रमापासूनच त्यांच्या आकाशवाणी यात्रेची सुरुवात आहे. लहानपणीच्या आठवणी अधिक प्रभावी असतात, तसे त्याचे घडले. पुढे आकाशवाणीचा स्टुडिओ त्यांना खुणावू लागला.

आकाशवाणीमध्ये त्यांनी सुगम शास्त्रीय गायनाची अनेक रेकॉर्डिंग ऐकली, पाहिली, आणि प्रत्यक्ष सहभागही घेतला. 'सुगम संगीत' गायक म्हणून स्वतंत्र आणि समूह अशा दोन्ही गान प्रकारात त्यांनी आपलं योगदान दिलं.

गजानन वाटवे, सुधीर फडके यांच्या संगीतरचनांचे त्यांच्यावर खोल संस्कार

घडले आणि त्यांचा सहवासही लाभला. केवळ संगीतच नाही, तर आकाशवाणीत साहित्य क्षेत्रातील मंडळीही भेटत राहिली. मुळात काव्यसंगीताची आवड असल्याने तेही बीज रुजलं. पुढे खूप वर्षांनी उंब्रेकरांनी आठवणीतल्या मौल्यवान कवितांना चाली लावून त्याची सीडी तयार केली, त्यामागे कदाचित या जडणघडणीचा काही भाग असावा.

आकाशवाणीचा एक सुवर्णकाळ होता, त्याचा काही काळाचे उंब्रेकर निश्चितपणे साक्षीदार आहेत. माझा त्यांचा परिचय तिथलाच. ज्येष्ठ गायक सुधीर फडके हे तर त्यांचं दैवत! सुधीर फडकेंच्या कार्यकर्तृत्वाचा मागोवा घेणारे कार्यक्रम उंब्रेकर सादर करतात आणि तो किती आपुलकीने आणि रसिकतेने करतात, हे मी पाहिलं आहे.

या सगळ्या सांगीतिक प्रवासाच्या अनेक आठवणींचा संग्रह त्यांच्याकडे आहे. पुस्तकातून तो आपल्यासमोर येत आहे, त्याचा आनंद वाटतो.

श्रीपाद उंब्रेकर तुम्हांला अनेक शुभेच्छा आणि भावी उपक्रमांसाठी शुभचिंतन!

**श्रीमती प्रभा जोशी**

निवृत्त कार्यक्रम अधिकारी, पुणे आकाशवाणी केंद्र

मॉडर्न हायस्कूल, पुणे ५, या शाळेत १९७३मध्ये माझी शिक्षिका म्हणून नेमणूक झाली. पहिल्याच दिवशी मला एक संस्मरणीय अनुभव आला. शाळा भरल्याची घंटा झाली आणि सर्व विद्यार्थी व शिक्षक शाळेच्या मागील चौकात प्रार्थनेसाठी एकत्र जमले. प्रार्थना, अर्थातच, गोड गळ्याचा श्रीपाद उंब्रेकर म्हणत होता. प्रार्थना झाल्यावर त्याने पूज्य साने गुरुजींचे *'खरा तो एकच धर्म, जगाला प्रेम अर्पावे'* हे गीत सादर केले. प्रार्थनेला त्या वेळचे मुख्याध्यापक गोखले सरही उपस्थित असायचे. श्रीपाद हा त्यांचा लाडका विद्यार्थी होता. शाळेच्या पहिल्याच दिवशी या छोट्या मुलाशी माझं एक वेगळं नातं जुळलं. शालेय शिक्षण संपल्यानंतर आमची फारशी भेट झाली नाही; पण मनात नेहमीच विचार असायचा... हा मुलगा संगीत क्षेत्रात नक्कीच नाव कमावेल.

त्याचा सुगम संगीताचा अभ्यास सुरूच होता. त्यासाठी त्याने गजाननराव वाटवे यांचं मार्गदर्शन घेतलं; आणि त्यावर कळस म्हणजे आपल्या सर्वांचे आदर्श सुधीर फडके यांचंही त्याला मार्गदर्शन लाभलं! त्यानंतर सूर गाणारी ही वाट बहरू

लागली. श्रीपाद हा फडक्यांचा नि:सीम भक्त आहे.

सुधीर फडके यांच्या गायकीविषयीचा दृकश्राव्य कार्यक्रम त्याने सादर केला आणि त्याचे अनेक प्रयोग झाले. त्यानंतर भारतरत्न लता मंगेशकर यांच्या संगीत कारकिर्दीवर आधारित (हिंदी-मराठी) विविध पैलूंचं दर्शन घडवणारा *'अजी सोनियाचा दिनु'* हा दोन भागांत सादर केलेला दृकश्राव्य कार्यक्रमही त्याने रसिकांसमोर आणला. *'चैत्रबन'* या कार्यक्रमात त्याचा मोठा सहभाग होता. त्याचे शेकडो कार्यक्रम सादर झाले आहेत.

ग. दि. माडगूळकर आणि श्रेष्ठ संगीतकार-गायक सुधीर फडके या दोन महान कलाकारांच्या जन्मशताब्दी निमित्ताने त्यांच्या विविध पैलूंचे दर्शन घडवणारे विशेष दृकश्राव्य कार्यक्रमही विविध ठिकाणी सादर होत आहेत.

संगीत क्षेत्रात ज्यांना आपण विभूती मानतो, असे युगनिर्माते सुधीर फडके, भारतरत्न लता मंगेशकर, तसेच आधुनिक काव्यविश्वातील ग. दि. माडगूळकर यांसारख्या व्यक्तींचं स्मरण, त्यांच्याप्रती श्रद्धा आणि अभिमान बाळगणे म्हणजे ईश्वरपूजेसारखेच आहे. अशा अनेक विभूती संगीत क्षेत्रात आहेत. त्यांच्या स्मरणार्थ कार्यक्रम सादर करण्याची क्षमता श्रीपाद उंब्रेकर यांच्यामध्ये आहे.

त्यांनी हा अभ्यास पुढेही सुरू ठेवावा आणि त्यांची ही सुरेल वाट अशीच बहरत जावो! *ही वाट सूर गाते* या पुस्तकासाठी अनेक शुभेच्छा! माझे आशीर्वाद सदैव त्यांच्या पाठीशी राहतील.

**सौ. सुहासिनी अभ्यंकर**

निवृत्त शिक्षिका, मॉडर्न हायस्कूल, पुणे

पुण्याच्या मॉडर्न हायस्कूलमध्ये अध्यापक म्हणून मी २५-३० वर्षं कार्यरत होतो. त्या अवधीत अनेक नामवंत विद्यार्थ्यांना शिकवण्याचं भाग्य मला लाभलं. बालपणी शाळेत शिकणारी निष्पाप मुलं आजही मला चांगली आठवतात. त्यापैकी श्रीपाद उंब्रेकर हा माझा एक आवडता विद्यार्थी!

त्याने त्याच्या संगीत प्रवासावर लिहिलेलं *ही वाट सूर गाते* हे पुस्तक वाचताना उत्तर आयुष्यात त्याने केलेली प्रगती कळून मला खूप आनंद झाला.

सुरेल आवाज आणि अंगी असलेल्या धीटपणामुळे शाळेतील वार्षिक संमेलनात त्याचा नेहमीच सहभाग असायचा. अकरावी एसएससी परीक्षा उत्तीर्ण

होऊन महाविद्यालयात प्रवेश घेतल्यानंतरही त्याने गायनाचा रियाज सुरू ठेवला होता. संगीत क्षेत्रातील अनेक नामवंत गायकांच्या मार्गदर्शनात घडलेली त्याची कारकिर्द या पुस्तकात वाचताना मला खूप आश्चर्य वाटलं.

'गदिमा-बाबूजींच्या कारकिर्दीला उजाळा' या शीर्षकाखाली त्याने सादर केलेल्या कार्यक्रमाचं वृत्त *महाराष्ट्र टाइम्स*मध्ये वाचलं. कार्यक्रम उत्तम झाला! सुगम संगीताचे अभ्यासक म्हणून त्याची ओळख आता नक्कीच अधिक दृढ होईल, याची मला खात्री आहे.

त्याने अनेक सांगीतिक प्रयोग केले आहेत. त्यापैकी श्रेष्ठ संगीत दिग्दर्शक आणि गायक सुधीर फडके ऊर्फ बाबूजी आणि गानसम्राज्ञी लता मंगेशकर यांच्या कारकिर्दीवर आधारित कार्यक्रम विविध ठिकाणी सादर करून तो अनेकांचं मनोरंजन करत आहे.

माझ्या या आवडत्या विद्यार्थ्याला माझे अनेकोत्तम आशीर्वाद!

**श्री. पी. के. जोशी**

निवृत्त शिक्षिक, मॉडर्न हायस्कूल, पुणे

# स्मृतीक्रम

# लहानपण देगा देवा!

'बालपण' हा काळ कुणाला हवाहवासा वाटणार नाही! भविष्याची चिंता घरातल्या थोरामोठ्यांच्या खांद्यांवर टाकून आपण आपल्या खेळगड्यांसमवेत मनमुराद हुंदडण्याचा हा काळ. बसमध्ये बसलं की ड्रायव्हर किंवा कंडक्टर, दुकानात गेलं की गल्ल्यावरचा शेठ, सर्कस पाहिली की त्यातला विदूषक म्हणा किंवा तो झुल्यावरचा खेळाडू म्हणा किंवा चित्रकार असं काहीही बनण्याची स्वप्नं पाहण्याची सहज मजा याच वयात भरभरून लुटता येते.

वेगाने पुढे जात राहणाऱ्या काळाच्या प्रवाहात हा बालपणीचा काळ सुखाचा सरायला लागतो... वयाप्रमाणे जाणिवानेणिवा जाग्या होऊ लागतात... अभ्यासाच्या जोडीला खेळ, कला, छंद यांची ओळख होते... जे आवडतं त्यात जरा गतीही मिळायला लागते... गुणांची पारख करणारा कुणी भेटला तर दुधात साखरच! घरी मुख्य आई व जोडीला वडील यांचे या अभ्यासेतर गुणांना खतपाणी असेल, तर मग तेच बोट धरून आपल्याला गुरुघरापर्यंत घेऊन जातात. हा काळ आयुष्याच्या जडणघडणीचा असतो. त्यात संस्काराचा भाग फार महत्त्वाचा आहे.

मग पुढे जाऊन आवडणाऱ्या क्षेत्रातले आदर्श निर्माण व्हायला लागतात, त्यांचं अनुकरण करावंसं वाटतं आणि नकळत ते होतंसुद्धा! चांगलं काही केल्यावर पाठीवर शाबासकीची थाप पडली की उमेद वाढते, आत्मविश्वास जागा होतो. याच जोडीला वाट्याला आलेला एखादा अपमान जिव्हारीदेखील लागतो. अशात ज्याला जीव ओतून शिकवणारा शिक्षक, चांगली संगत, आणि घरचा भक्कम आधार मिळतो. त्याला योग्य दिशा मिळाल्यावाचून राहत नाही. माझ्या या

घडण्याच्या काळात आईने माझा आत्मविश्वास जागवला. शिक्षणाबरोबरच संगीताचे रोपटे गळ्यात, मनात रुजले; आणि नशिबाने बाबूजी अर्थात सुधीर फडके यांसारख्या अनेक उत्तमोत्तम मंडळींची निगराणी या रोपट्याला मिळाली.

# ऐसा गुरू असावा

मॉडर्न शाळेत प्राथमिक विभागात शिकत असताना वार्षिक स्नेहसंमेलनातल्या कार्यक्रमांमधून माझ्यातल्या गायकाची - कलाकाराची नांदी झाली. इथेच मला माझे पहिले गुरू पंडित रामचंद्र विनायक पटवर्धन यांची छत्रछाया लाभली. साधारण इयत्ता चौथीपर्यंत मला जोखल्यावर पुढे ज्या वर्गात त्यांचा तास असेल तिथे ते मला जवळजवळ रोज एकतरी गाणं म्हणायला सांगायचे आणि स्वतः हार्मोनियमवर साथ करायचे. यामुळे फायदा असा झाला, की विविध प्रकारची गाणी गळ्यावर चढली; मुख्य म्हणजे, सभाधीटपणाही अंगात येत गेला – जो पुढे गायक, सूत्रसंचालक, कार्यक्रम संयोजक अशा विविध भूमिका पेलताना फार महत्त्वाचा ठरला.

माझा आवाज फुटण्याआधी आणि नंतरही गुरुजींनी खूपच काळजी घेतली. 'आवाज ठीक होईपर्यंत बाहेर गायचं नाही' हे त्यांनी सांगितलेलं पथ्य मीदेखील कसोशीने पाळलं. यानंतर मात्र माझा काळी ४ चा स्वर बदलला. तो काळी १/ पांढरी २ / काळी २ च्या जवळपास झाला. मला गुरुजींनी पांढरी २ चा स्वर चांदीमध्ये बांधून दिला, जो मी आजही जपून ठेवला आहे.

पंडित द. के. आगाशे हे माझ्या गुरुजींचे गुरुबंधू होते. सदाशिव पेठेतल्या अहिताग्नी राजवाडे मंगल कार्यालयाच्या गल्लीतल्या फाटक वाड्यात त्यांची वरच्या मजल्यावर एक पत्र्याची खोली होती. तिथे रामभाऊ गुरुजी शिकवायचे. नाना प्रकारची वाद्यं तिथे होती. याच खोलीत खऱ्या अर्थाने माझं गाण्याचं शिक्षण - रियाझ सुरू झाला. सुरांची ओळख, मैत्री व्हायला लागली.

गायकाला सूर पक्का होण्यासाठी, त्यातला गोडवा आणि लगाव उमजण्यासाठी तानपुरा अत्यंत महत्त्वाचा असतो. तानपुरा योग्य प्रकारे कसा धरायचा, त्याच्या तारा अलगद कशा छेडायच्या आणि – सर्वांत महत्त्वाचं म्हणजे – तो अचूकपणे कसा जुळवायचा, हे मी तिथे शिकलो.

टिळक रोडवर आचरेकर हे जवारी काढण्यातले तज्ज्ञ मानले जात. त्यांचं घर हे 'तानपुऱ्यांचे घर' म्हणून प्रसिद्ध होतं. मोठमोठ्या गायकांच्या तानपुऱ्यांना ते जवारी काढून देत असत. त्यांच्याकडे गुरुजी मला नेहमी पाठवायचे. तिथे मदत करताना, कामाचे निरीक्षण करताना हळूहळू मी तानपुऱ्याच्या तारा बदलणे, जवारी काढणे यांसारखी कामं करू लागलो. तबला - पेटीची ओळख असणे आणि ती वाजवता येणे हेही गायकासाठी महत्त्वाचे असते. शिवाय, हार्मोनियम कधी नादुरुस्त झाली तर तिची प्राथमिक का होईना, पण दुरुस्ती करता यायला पाहिजे असे गुरुजी म्हणायचे. यासाठी गुरुजी मला दर रविवारी सकाळी चित्रशाळा चौकातल्या बी. जी. पंडित यांच्या हार्मोनियमच्या दुकानात बोलवायचे.

'मेहेंदळे म्युझिकल्स'मध्ये खास तबल्यासाठी आम्ही जात असू. तिथला मकबूल नावाचा कारागीर तबला दुरुस्ती, तबल्याला ओढ काढणे हे फार सफाईने करत असे. गाण्याशी संबंधित अशा ज्या-ज्या काही गोष्टी असतील त्या-त्या सर्व बारकाईने मला इथे शिकायला मिळाल्या. आयुष्यात लाभलेलं हे माझं फार मौल्यवान गुरू-सान्निध्य व शिक्षण होतं. ही गानसाधना सुरू असतानाच गुरुजींनी मला त्यांचा स्वतःचा तानपुरा भेट म्हणून दिला. एखाद्या शिष्यासाठी असा गुरुप्रसाद मिळणं खरोखर अमूल्य असतं!

गाणं शिकवताना गुरुजींना माझा सुगम संगीताकडे असलेला कल लक्षात आला. मग सुगम संगीतात मी काय आणि कसे चांगले करू शकेन याकरिता ते प्रयत्नशील असत. बाबूजींची *'समाधी साधन'*, *'उठ पंढरीच्या राया'*, *'फिरत्या चाकावरती'*, *'सत्य शिवाहून सुंदर हे'*, *'खरा तो एकची धर्म'*, *'तुझी शेतवाडी विठूचा देव्हारा'*, *'नाम घेता मुखी राघवाचे'* अशी गाणी जाणीवपूर्वक त्यांनी माझ्याकडून बसवून घेतली. शब्द आणि स्वरमाधुर्य यांनी परिपूर्ण असलेली ही गाणी गाताना उत्तम गायकीच्या संस्कारांबरोबरच बाबूजींसारखा आदर्श सहजच माझ्या पुढे उभा राहत गेला.

माझ्या सांगीतिक आयुष्यातल्या या पितामहाची, बाबूजींची पहिली भेट अगदी शाळकरी वयात गुरुजींनीच घडवली. बाबूजी त्यांच्या टिळक रोडवरच्या घरी म्हणजे 'चित्रकुटी'त आले असताना रामभाऊ गुरुजी मला आवर्जून त्यांना भेटायला घेऊन गेले; इतकेच नव्हे, तर 'तुमची पदं हा श्रीपाद फार सुरेख म्हणतो बरं का', अशी माझी सकौतुक ओळख करून दिली. बाबूजींनी अत्यंत प्रेमाने माझ्याकडे पाहिले आणि आशीर्वाद दिला.

आपल्या गान-परमेश्वराला भेटायला मिळाले आणि त्यांच्यासमोर गुरुजींनी गाण्यासाठी आपलं कौतुक केलं याचा मनावर नकळत कुठेतरी खोल ठसा उमटला असणार हे आत्ता जाणवतं. या भेटीचं जीवनात नक्की काय मोल आहे हे फार समजण्याचं तेव्हा माझं वय नव्हतं. गुरुजींबद्दल आता मी विचार करतो तेव्हा त्यांनी माझ्या घडण्याकरिता जाणीवपूर्वक केलेले हे प्रयत्न उमजतात आणि मन भरून येतं. असा गुरू लाभणं यापरतं मोठं भाग्य नाही का!

# सांस्कृतिक प्रवास

## मी : रेडिओचा एक बालकलाकार

त्या काळी रेडिओला फार महत्त्व होतं. व्यंकटेश माडगूळकर, ज्योत्स्ना देवधर यांसारखे अनेक उत्तम लेखक - कवी; राम फाटक, मधुकर गोळवलकर, यांच्यासारखे संगीतकार; उल्हास कशाळकर यांच्यासारखे गायक; चंद्रकांत कामत, विष्णुपंत ओक, मधुकर खाडीलकर यांच्यासारखे वादक; पुरुषोत्तम जोशी यांच्यासारखे निवेदक आकाशवाणीच्या विविध केंद्रांशी जोडले गेलेले असल्याने रेडिओवर फार सुरेख कार्यक्रम होत असत. घराघरांत रेडिओ आवडीने आणि मोठ्या उत्सुकतेने ऐकला जात असे. त्यातला *'बालोद्यान'* हा कार्यक्रम खास मुलांसाठी सादर होत असे. या कार्यक्रमासाठी गुरुजींनी माझी छान तयारी करून घेतली आणि मला ऑडिशन द्यायला लावली. अर्थातच, मी ती ऑडिशन पास झालो आणि माझा रेडिओच्या / आकाशवाणीच्या एका समृद्ध दुनियेत शिरकाव झाला!

दर रविवारी सकाळी *'बालोद्यान'*साठी आकाशवाणी पुणे केंद्रावर मी जायचो. या कार्यक्रमाचे रेकॉर्डिंग होत नसे, तर तो लाईव्ह असायचा. ताई - हरबा आणि त्याबरोबर आम्ही मुलं असं गप्पा मारत, गाणी म्हणत, गोष्टी सांगत, पत्रवाचन करत हा कार्यक्रम सादर करत असू. बालोद्यानमधूनच माझं पहिलं गाणं रेडिओवरून प्रसारित झालं. आपला आवाज, गाणं रेडिओवरून घराघरांत ऐकलं जातंय याचंच मला इतकं अप्रूप होतं, की आपल्याला या कार्यक्रमासाठी मोबदला मिळतो हेदेखील माझ्या लक्षात आलं नाही! कार्यक्रमातले हरबा म्हणजे नेमिनाथ उपाध्ये यांनी मला माझा एकूण पाच रुपये मानधनाचा चेक अगदी घर शोधत आठवणीने

आणून दिला. मला आता आश्चर्य वाटते की, केवढा हा सरकारी वक्तशीरपणा! लाईव्ह सादरीकरणामुळे स्टेजवर प्रत्यक्ष कार्यक्रम करण्याचा, घरोघर आपलं गाणं पोहोचण्याचा *'बालोद्यान'*मधून मिळालेला अनुभव सुंदर होता. माझ्या पुढच्या वाटचालीत रेडिओची भूमिका महत्त्वाची ठरली.

गुरुजींकडे सातत्याने गाण्याचं शिक्षण सुरू होतंच. आपल्या शिष्याने शिकवल्याबरहुकूम गाणं नुसतं स्वतः गाऊन, रियाज करून शिकू नये तर त्याने कानसेन होऊनही गाण्यातले बारकावे टिपावेत, अशी गुरुजींची इच्छा होती. उत्तम गायक रियाज कसे करतात, कार्यक्रमात कसे गातात हे जवळून पाहण्यासाठी गुरुजी आग्रही असत. ते स्वतः जिथे गाणार असतील तिथे तर मला न्यायचेच; पण गांधर्व महाविद्यालय, मंदिरे, हॉल, खासगी कार्यक्रम अशा सर्व ठिकाणी जाऊन गायन-वादन ऐकले पाहिजे यावर त्यांचा कटाक्ष असायचा.

नावाजलेल्या गायकांची गायकी अगदी हुबेहूब त्यांच्यासारखीच प्रस्तुत करणारे वि. र. गोडे म्हणून एक गायक कलाकार होते. त्यांचा *'अंतरीच्या नाना कळा'* हा कार्यक्रम तेव्हा खूप प्रसिद्ध होता. त्या कार्यक्रमात मी अनेकदा तानपुरा साथ करायचो. या निमित्ताने विविध गायकांची गायकी माझ्या कानांवर पडायची. हा एक संस्काराचा, शिक्षणाचा भाग आहे असे ते आवर्जून सांगत. कानांवर सतत संगीत पडलं पाहिजे. एक वेगळाच अनुभव होता तो... फार मजा यायची या कार्यक्रमात!

असे कार्यक्रम ऐकत असताना प्रख्यात गायक स्वरराज छोटा गंधर्व यांच्या गायकीने मी विलक्षण प्रभावित झालो होतो. स्वरराजांना खूप चीजा, बंदिशी पाठ असायच्या. स्वरांचे लगाव, सहजता, गोडवा, बढत विलक्षण होती. गुरुजींबरोबर प्रभात रोडवरील त्यांच्या घरीदेखील गेल्याचं मला आठवतं. पंडितराव नगरकरांच्या गायकीचंही मला या काळात अगदी जवळून दर्शन झालं. गुरुपौर्णिमा वगैरे निमित्ताने गुरुजी स्वतःची पदरमोड करूनही गाण्याचे कार्यक्रम आयोजित करत असत. अत्यंत निरपेक्षपणे, संगीतकलेच्या तळमळीने ही सेवा चालायची.

गुरुजी इतर कुणाला शिकवत असतील तेव्हाही ते मला बऱ्याचदा तिथे बसून शांतपणे ऐकायला सांगायचे. 'कानांवर सतत चांगलं संगीत पडलं पाहिजे तर ते आधी मनात - विचारांत उतरतं, आत्मसात होतं, आणि मग रियाजाने ते गायकाला योग्य रीतीने सादर करता येतं,' असं गुरुजींचं नेहमी सांगणं असे. गाण्यासंबंधित लेख, पुस्तकं हेदेखील गुरुजी आवर्जून वाचायला देऊ लागले. माझा आवाज फुटला तेव्हा त्यांनीच आवश्यक आणि योग्य तो रियाज करून घेऊन तो सुरळीत केला.

गानशिक्षणाच्या जोडीला वक्तशीरपणा आणि एकूणच शिस्त यावरही त्यांचा कटाक्ष असायचा. रोज सकाळी गार पाण्याने अंघोळ करायची, व्यायाम करायचा हा दंडक होता. शाळा सुटल्यावरही मी तालमीत जायचो. मल्लखांबासारखा प्रकार तिथे मी आत्मसात केला होता. त्यातून काही चूक झाली तर शिक्षा ही व्हायचीच.

लहान असताना एकदा मी भीमपलासचे आरोह-अवरोह पाठ केले नाहीत म्हणून मला हाकलून दिलं होतं. घरी मी यातलं काही सांगितलं नाही. मी ते आरोह -अवरोह पाठ तर केले; पण क्लासला परत जायची माझी हिंमत होईना. एक दिवस गुरुजी स्वतः घरी आले आणि प्रेमाने समजावून मला क्लासला घेऊन गेले. गुरू किती क्षमाशील असतो आणि तो रागावतो ते शिष्याच्या भल्यासाठीच हा धडा मनावर कायमचा कोरला गेला.

खरंच, कलाकार छोटा असो वा मोठा, गुरूचं असं पाठबळ त्याच्यासाठी अत्यंत महत्त्वाचं असतं. केवळ गाण्याचंच नव्हे, तर आयुष्य चांगलं जगण्यासाठी आवश्यक मार्गदर्शन आत्मीयतेने करणारे असे तपस्वी गुरू मी पुढे कधीच पाहिले नाहीत.

मला अगदी लहान वयात बोट पकडून संगीत क्षेत्रात नेणारं, मला मनापासून घडवणारं माझं गुरुछत्र ३ जानेवारी १९८० रोजी अचानक हरपलं. गुरूंचा हात असा अनपेक्षितपणे अर्ध्यातच सुटल्याने मी आतून पार तुटून गेलो, सैरभैर होऊन गेलो. आणि...

## पुढे काय?

गुरुजी मला कायमचे सोडून गेले, या धक्क्यात काही वर्षं अशीच निघून गेली. त्यांनी दिलेला चांदीत बांधलेला पांढरी दोनचा स्वर आणि तानपुरा, शिकवलेली गाणी, काही वह्या या पुंजीवर मी पुढे चालू लागलो.

एव्हाना कॉलेजजीवनातही पाऊल पडलं होतं. शिक्षण सुरू असतानाच पुन्हा एकवार रेडिओची सुगम संगीताची ऑडिशन दिली. बालोद्यानचा मागचा अनुभवही कामी आला आणि मी ही ऑडिशन पास झालो. पुन्हा एकवार आकाशवाणी कलाकार म्हणून काम सुरू झाले. व्यक्तिगत १५ मिनिटांचे सुगम संगीत रेकॉर्डिंग मिळायचे. कॅज्युअल आर्टिस्ट म्हणून तानपुरा वाजवण्यापासून ते गाण्यांची लायब्ररी कशी वापरावी, कार्यक्रमातली गाणी कशी निवडावीत हेही मी शिकू लागलो. अनुभव, नवीन माणसं गाठीशी जमा होऊ लागली; आणि महत्त्वाचं

म्हणजे, गाण्यावर, स्वकष्टावर आधारित छोटी का होईना, आर्थिक कमाई होऊ लागली. मनावरचं दुःखाचं मळभ जरा कमी व्हायला लागलं.

## रेडिओतले दिवस

त्या वेळी आकाशवाणीवर दर महिन्याला एकतरी समूहगीत सादर होत असे. रेकॉर्डिंगसह साधारण आठवडाभर हा उपक्रम चालायचा. गजानन वाटवे, मधुकर गोळवलकर, राम कदम अशी दिग्गज मंडळी आम्हांला ही गाणं शिकवायची. या मंडळींच्या सहवासात गानविषयक ज्ञानात भर पडलीच; पण त्याचबरोबर कवी आणि काव्य निवड कशी करावी यासारख्या बाबीसुद्धा समजायला लागल्या. तेव्हा रेडिओ केंद्रे प्रेक्षकांना आमंत्रित करायची आणि त्यांच्यासाठी सादर होणाऱ्या कार्यक्रमात विविध कलाकारांचे सादरीकरण ऐकायला मिळत असे. अशा रेडिओ कॉन्सर्टच्या निमित्ताने बाहेर जायची संधी मिळाली की या गानदिग्गजांच्या संगतीची लयलूट असायची. सुगम संगीत, शास्त्रीय, उपशास्त्रीय, लोकसंगीत, वाद्यसंगीत, प्रादेशिक संगीत याने नटलेल्या या कॉन्सर्टमध्ये निवेदक, गायक, वादक हे सर्व रेडिओ कलाकार असायचे. आमचा सहभाग जास्तकरून समूहगानात असायचा. महाराष्ट्रात नाशिक, रत्नागिरी, प्रवरानगर, एनडीए, अशा विविध लहान-मोठ्या ठिकाणी कॉन्सर्ट होत होत्या, लोकांच्या पसंतीस उतरत होत्या.

तेव्हाच, राजधानी दिल्लीत होणाऱ्या कॉन्सर्टच्या निमित्ताने एक मोठी संधी चालून आली. गजाननराव वाटवे, चंद्रशेखर गाडगीळ तर तबलावादक छोटबा गोखले, क्लॅरिओनेटवादक विष्णुपंत ओक अशा बड्या मंडळींसह आकाशवाणीचा २० ते २५ गायक – वादकांचा वृंद असे सर्व जण दिल्लीकडे निघालो. राजधानीमध्ये कला सादरीकरण नक्कीच भव्य असणार होते. आम्ही सर्व जण तो अनुभव घ्यायला उत्सुक होतो.

दिल्लीच्या गांधर्व महाविद्यालयात पुरुष कलाकार, तर महाराष्ट्र सदनात महिला कलाकार अशी छान सोय होती. भरपूर उत्तम वाद्ये, भलामोठा पुस्तकसंग्रह असलेली गांधर्व महाविद्यालयाची भव्य वास्तू अतिशय प्रसन्न होती. प्राचार्य विनयचंद्र मौद्गल्य हे पंडित विनायकबुवा पटवर्धन यांचे शिष्य! त्यामुळे तर महाराष्ट्रातून आलेल्या आम्हां कलाकार मंडळींबरोबर त्यांचे सूर लगेच जुळले.

कार्यक्रमासाठी आमच्या रिहर्सल्स जोरात सुरू होत्या आणि कानांवर आलं, की जयप्रकाश नारायणजी गेले. सर्वत्र दुखवटा जाहीर झाला आणि अर्थातच

आमची कॉन्सर्ट रद्द झाली. ती एक अफवा ठरली; कार्यक्रम मात्र रद्द झाला होता. मग काय! आम्ही सगळे आग्रा, मथुरा पाहायला बाहेर पडलो. यमुनेकाठी बसून ताजमहालचे अवर्णनीय सौंदर्य मन भरून पाहत होतो. तेव्हा अचानक कोणीतरी म्हणाले, ''अण्णा (गजाननराव वाटवे), हा श्रीपाद तुमच्या गाण्याची अगदी हुबेहूब नक्कल करतो.''

अण्णांची परवानगी घेऊन त्या वातावरणाला साजेसं *'यमुनाकाठी ताजमहाल'* हे अण्णांनी संगीतबद्ध केलेलं आणि गायलेलं गाणं मी त्यांच्या पद्धतीने गायलं. *'बादशहाच्या अमर प्रीतीचे मंदिर एक विशाल, यमुनाकाठी ताजमहाल...'*, मी गात होतो आणि अण्णा मनापासून दाद देत होते. ताजमहालासमोर बसून गाण्याचा हा विलक्षण प्रसंग माझ्या आठवणीत कायमचा कोरला गेला. अण्णांबरोबरचे माझे बंध अजूनच घट्ट झाले आणि पुढच्या काळात त्यांच्याकडून गाणं शिकता आलं. तसंच त्यांच्याबरोबर एक छान दीर्घ गप्पांचा कार्यक्रम चित्रित करता आला. ओघाने या कार्यक्रमाबद्दल पुढे सांगेनच.

सर्व स्थलदर्शन करून दिल्लीत परत आलो. करोल बागच्या सुप्रसिद्ध भागात खरेदीसुद्धा करून झाली. या सगळ्यांत राजधानीमध्ये गाण्याची संधी मात्र हरवली! महाराष्ट्रातून सरकारी खर्च करून आकाशवाणीचे गायक-वादक मंडळी बोलावली आहेत तर त्यांना तसंच परत पाठवणं बरं नव्हे, अशा विचारातून दिल्ली आकाशावाणीने आम्हांला एक संधी दिली. नामवंत संगीतकार सतीश भाटीया यांच्या मार्गदर्शनाखाली आमची दोन गाणी रेकॉर्ड केली आणि मग आमची दिल्ली वारी संपली. आकाशवाणीने मला खरोखर हरतऱ्हेने अनुभवसमृद्ध केलं!

## 'गीतरामायणा'चा रजत महोत्सव सोहळा

आकाशवाणीचं माझ्यावर असलेलं ऋण म्हणजे *'गीतरामायण'* कार्यक्रमाची संधी! १९८०मध्ये *'गीतरामायणा'*चा रजत महोत्सव सोहळा पुण्यात टिळक रोडवरच्या 'न्यू इंग्लिश स्कूल'च्या मैदानावर प्रचंड गर्दीमध्ये पार पडला. या कार्यक्रमास तत्कालीन पंतप्रधानांपासून अनेक प्रमुख राजकीय व्यक्तींनी हजेरी लावली होती. त्याहूनही विशेष म्हणजे, १९५५मध्ये ज्यांनी प्रथम गीतरामायण सादरीकरणात भाग घेतला होता ते सर्व गायक-वादकही उपस्थित होते. फक्त नव्हते ते महाकवी, गीतरामायण रचयिते ग. दि. माडगूळकर!

तब्बल आठ भाषांमधून गीतरामायण या निमित्ताने गायले गेले. प्रत्येक

दिवसाच्या कार्यक्रमाची सांगता बाबूजींच्या गायनाने होत असे. पहाटेपर्यंत हा कार्यक्रम रंगत जात असे. गीतरामायणाशी संबंधित सर्व दिग्गज या कार्यक्रमासाठी उपस्थित असायचे. या कार्यक्रमात पुणे आकाशवाणीचे सर्व गायक-गायिका बाबूजींसमवेत कोरस गायला होते. माझ्यासाठी तर ही सुवर्णसंधीच होती!

मनोमन ज्यांना गुरू मानलं, ज्यांच्या संगीताचा, गायकीचा आदर्श बाळगून कलाप्रवास सुरू ठेवला अशा बाबूजींचा सहवास, त्यांच्याबरोबर गाणं हा माझ्या आयुष्यातला फार मोलाचा अनुभव होता. बाबूजींना गाताना, शिकवताना जवळून अनुभवणं याचे खोलवर संस्कार माझ्या मनावर झाले.

बाबूजींच्या घरी, चित्रकुटीत साधारण १० दिवस केलेल्या रिहर्सल्स, मग प्रत्यक्ष कार्यक्रम हा एक आनंदाचा भाग तर होताच; पण माझ्यासाठी हा एक अभ्यासाचाही मोठा टप्पा होता. पुढे जाऊन मी स्वतः जेव्हा स्वतंत्रपणे गाण्याच्या उत्तमोत्तम कार्यक्रमाच्या रचना आणि सादरीकरण करू लागलो तेव्हा हा अनुभव महत्त्वाचा ठरला; आणि कार्यक्रमाचा दर्जा उत्तम राखता आल्याने साक्षात बाबूजींसमोरही सादरीकरणाची संधी मिळाली. त्यांच्याशी आयुष्यभरासाठी एक सुंदर गान-नात्याचा बंध निर्माण झाला जो अजूनही त्यांचे सुपुत्र श्रीधर यांच्याबरोबर कायम आहे.

या रजत महोत्सवी गीतरामायण कार्यक्रमाचे औचित्य साधून दूरदर्शन कार्यक्रमांचे निर्माते अरुण काकतकर यांनी बाबूजींची १४ गाणी एफटीआय (FTI)मध्ये ब्लॅक अँड व्हाइट स्वरूपात चित्रित केली होती. आम्हीदेखील त्यात सहभागी होतोच. एक-दोन गाणी वगळता ती गाणी परत कधी दूरदर्शनवर दिसलीच नाहीत, हे दुर्दैव! पुढे एकदा नभोवाणी मंत्री श्रीमती सुषमा स्वराज जेव्हा पुणे भेटीवर आल्या होत्या तेव्हा मी आणि मकरंद केळकरने या टेप्स उपलब्ध करून द्याव्यात म्हणून भेटून पत्रही दिले. पण याचे पुढे काही झाले नाही याची खंत मनात आहे. या अनमोल गानठेव्याचे काय झाले, ते आजवर समजले नाही!

## एक वेगळी अनोखी संधी – कॉलेजवयात

गाण्यासोबतच कॉलेज आणि इतर नित्यक्रम सुरू होतेच. कलाकार असलो तरी कॉलेजच्या सांस्कृतिक घडामोडींपासून मी आपला चार हात दूरच असायचो. त्यामुळे गाण्याच्या आघाडीवर तशी शांतता होती. पण माझ्या एका मित्रामुळे एक अगदी वेगळीच संधी मला मिळाली आणि ही शांतता एका आगळ्या संगीत अनुभवात रूपांतरित झाली.

त्याचं झालं असं... माझा शाळेतला मित्र डॉ. रवींद्र सरदेसाई, याने एक नाटक दिग्दर्शित करायला घेतलं. नाटकाचं नाव *'सिंड्रेला'*... आणि विशेष म्हणजे, हे एक संगीत नाटक होतं! या नाटकाला संगीत द्यायची जबाबदारी रवींद्रने माझ्यावर टाकली. विजय कोपरकरने आणि मी ही कामगिरी उत्साहाने आणि आनंदाने स्वीकारली. या नाटकात आम्ही भूमिकाही केली. नाटकाचा पहिला प्रयोग भरतनाट्य मंदिरात मस्त रंगला. माझे गुरुबंधू आणि माझ्यासमवेत आकाशवाणी गायकवृंदात असलेले बाबा ऊर्फ हरीष देसाई या प्रयोगाला आवर्जून उपस्थित होते. कामासाठी दाद मिळाली, कौतुक झालं, आणि प्रसिद्धीही मिळाली. आपण संगीत देऊ शकतो... असा आत्मविश्वास निर्माण झाला. परंतु, दुर्दैवाने या नाटकाचा पुढे एकही प्रयोग झाला नाही! आपली कलाकृती रसिकांपर्यंत पोहोचली नाही याची खंत तर मनात राहिलीच; पण त्याचबरोबर कलाकार म्हणून या निमित्ताने हातून घडलेल्या नवनिर्मितीचे समाधानही मिळाले. कॉलेजजीवनात नव्या सांस्कृतिक स्पर्धा, त्यातल्या संधी-आकर्षणं खरंतर पुष्कळ होती. पण का कुणास ठाऊक; मी त्यात कधी रमलोच नाही.

## मंतरलेल्या चैत्रबनात – सुगम संगीत गायनाची पर्वणी

आकाशवाणीच्या विविध उपक्रमांत माझा नेहमीच सक्रिय सहभाग असायचा. त्यामुळे एक धडपड्या, काहीतरी चांगलं करायला उत्सुक कलाकार अशी ओळख तयार होऊ लागली होती. आकाशवाणीतले ज्येष्ठ सहकारी बाबा ऊर्फ हरीष देसाई एक दिवस मला म्हणाले, ''श्रीपाद, एकदा शांतपणे तुझं गाणं ऐकवशील का मला?''

त्यांना मी 'नाही' म्हणायचा प्रश्नच नव्हता. पण नक्की कशाकरता त्यांना माझं गाणं ऐकायचं होतं... *'मंतरलेल्या चैत्रबनात'*साठी की काय! मनात विचार आला. तेव्हा म्हणजे १९८०-८१मध्ये *'मंतरलेल्या चैत्रबनात'* व *'आपली आवड'* हे मराठी गाण्यांचे कार्यक्रम विशेष लोकप्रिय होते. *'मंतरलेल्या चैत्रबनात'*च्या, टिळक स्मारक मंदिरात झालेल्या १५०व्या कार्यक्रमाला मी आवर्जून गेलो होतो. गदिमा आणि बाबूजींची ही कलाकृती असल्याने मला त्याबद्दल ओढ वाटत होती आणि या कार्यक्रमात मी नक्कीच चांगलं गाऊ शकेन असा आत्मविश्वासही वाटत होता. पण माझ्यासारख्या नवोदिताला संधी कशी मिळणार? बाबा देसाईंचा या दोन्ही कार्यक्रमांत मोठा सहभाग होता. त्यामुळे माझी आशा पल्लवित झाली.

आणि खरोखरच बाबा देसाईंनी मला या कार्यक्रमासाठीच्या ऑडिशनसाठीच बोलावलं होतं!

*'मंतरलेल्या चैत्रबनात'*च्या सर्व कलाकारांसामोर तानपुऱ्यावर माझी रीतसर ऑडिशन झाली, ती सर्वांना पसंतही पडली, आणि सुगम गीतगायक म्हणून माझ्या कारकिर्दीची मुहूर्तमेढ रोवली गेली. हे कार्यक्रम सादर करणारी जी स्वरानंद संस्था होती तिच्या मूळच्या संचात काही तात्त्विक मतभेदांमुळे फूट पडली होती. नवीन तयार झालेल्या संचात एका गायकाची गरज होती आणि तिथे माझा समावेश झाला.

नव्या-जुन्या मंडळींबरोबर कार्यक्रमाच्या रिहर्सल्स एकदम जोशात सुरू झाल्या. बाबा देसाई स्वतः जातीने सर्वांकडून कसून सराव करून घेत असत. आपल्याला जी गाणी दिलेली आहेत ती रिहर्सल्सपूर्वी नीट अभ्यासून जाणं आवश्यक असे. गाण्याचे बारकावे ते वारंवार ऐकल्याशिवाय समजणार कसे? आणि मुख्य अडचण 'गाणी ऐकणे' हीच होती. कारण त्या वेळी रेकॉर्ड प्लेअर किंवा नव्यानेच आलेले कॅसेट प्लेअर घरोघरी नव्हते. एखादं गाणं पुन:पुन्हा ऐकायचं असेल तर टिळक रोडवरच्या बाळासाहेब केतकरांच्या 'फ्रेण्ड्स म्युझिक' किंवा फर्गसन रोडवरच्या रिसबूडांच्या 'स्वरविहार' येथे जावे लागत असे. शिवाय, ही फुकटची श्रवणभक्ती नव्हती; तर एकदा गाणं ऐकायला २५ पैसे द्यावे लागत असत. आता, खिशातल्या मोबाईलवर जगभरातली गाणी विनासायास, अगदी कमी किंवा शून्य खर्चात ऐकता येण्याच्या काळात हे सगळं आठवताना मजा वाटते.

रिहर्सल करताना दर्जाबाबत कोणतीही तडजोड नसे... मेहनत आणि फक्त मेहनत! तब्बल ३६ दिवस बाबा देसाईंनी वाद्यवृंदासह सर्व गायकांची प्रॅक्टिस करून घेतली. मी खासकरून बाबूजींची गाणी म्हणायचो. *'घनघनमाला नभी दाटल्या'* या गाण्याने माझी *'चैत्रबन'*मध्ये सुरुवात असायची. रोज रात्री ८.३० ते ११.३० प्रॅक्टिस... सर्वांनी वेळेत यायचं आणि आपल्या गाण्याचा अभ्यास व तानपुऱ्यावर सराव करून यायचा. गाण्यातल्या भावभावना, चित्रपटातील प्रसंग, शब्दोच्चार, लय याचा रिहर्सल करताना बारकाईने विचार होत असे. किमान सहा व्हायोलिन्स, बासरी, तबला - ढोलक, साईड ऱ्हीदम, दोन-तीन हार्मोनियम अशा सर्व सरंजामासह या रिहर्सल्स चालायच्या.

अशा तऱ्हेने व्यवस्थित तयारी झाल्यावर नव्या संचात 'स्वरांकित'तर्फे *'चैत्रबन'*चा प्रयोग लावण्यात आला. तो अर्थातच हाउसफुल्ल झाला! गायक –

अरुण आपटे, हरीष देसाई आणि मी; गायिका – अनुराधा मराठे, रंजना पेठे, वीणा शिंत्रे; आणि निवेदक सुधीर गाडगीळ! उत्तम वाद्यवृंदाची साथ होतीच. कार्यक्रम रंगत गेला. माझा पहिलाच स्वतंत्र स्टेज परफॉर्मन्स होता. तालीम उत्तम झाली होती, त्यामुळे आत्मविश्वास होताच; तरीही मनात एक साहजिक हुरहुर होती.

माझं पदार्पणाचं गाणं होतं – *'सासुऱ्यास चालली लाडकी शकुंतला'*. गदिमा व बाबूजी या जोडीचं *'सुवासिनी'* या चित्रपटातलं हे अतिशय सुरेख, माझंही एक आवडतं गाणं! गाण्याला 'वन्समोअर'ची पावती मिळाली आणि गाण्यावरची मेहनत सार्थकी लागली. सुवासिनी चित्रपटाशी संबंधित कुणी श्रीयुत भिडे कार्यक्रमाला उपस्थित होते. त्यांनी जातीने स्टेजवर येऊन बक्षीस देऊन लगोलग कौतुक केले.

कार्यक्रम चांगलाच रुळला. परगावचे दौरे धरून किमान पाच कार्यक्रम दरमहा होऊ लागले. पुढे *'रत्नमाला'* हा अजून एक कार्यक्रम *'चैत्रबन'*च्या जोडीला सुरू झाला. स्पर्धा फारशी नसल्याने जवळपास सर्वच कार्यक्रम हाउसफुल्ल असत. कालांतराने अशा अनेक ग्रुपचे पेवच फुटले. कार्यक्रमांची रेलचेल उडून गेली. तरी मला आवर्जून सांगावसं वाटतं की, गाण्याच्या दर्जावर प्रचंड मेहनत म्हणजे केवळ संगीत नव्हे; तर गाण्याचा अर्थ, भावना, योग्य शब्दोच्चार अशी सखोल तयारी करणारे आम्हीच होतो.

प्रत्येक कार्यक्रमानंतर आज आपल्या काय चुका झाल्या याचे पुढील कार्यक्रमाच्या दृष्टीने मी चिंतन करत असे. आता मात्र स्टेजवर लवकर जाण्याची घाई, झटपट प्रसिद्धीची, कौतुक मिळवण्याची इच्छा यामुळे अगदी तीन-चार दिवसांतदेखील कार्यक्रम बसवण्याचा प्रकार सुरू झाला आहे. रिहर्सल करायला वेळ आणि इच्छा दोन्ही नसते. गाण्यावर एकत्र चर्चा, सराव हे कधीच मागे पडत गेलं. मूळ गाण्याचा प्रभाव लोकांवर इतका असतो, की त्याच्या जवळपास तरी जाता आलं पाहिजे; नाहीतर दर्जाहीन कार्यक्रम होतो हे लक्षात कोण घेणार! आता तर निरनिराळ्या वाहिन्यांवरचे गाण्याचे शोज् किंवा सोशल मीडिया या वेगवान प्रवाहात 'गाण्याचा सखोल विचार' ही संकल्पनाच मागे पडत जाते आहे. मूळ गाण्याचा प्रभावच इतका असतो, की टाळ्या हमखास मिळतात. त्या आपल्याला फारशा नसून मूळ गाण्याला अधिक आहेत, याचं भान असणं आवश्यक आहे.

*'चैत्रबन'* आणि *'रत्नमाला'* हे दोन्ही कार्यक्रम जोरात सुरू होते. कार्यक्रमांच्या निमित्ताने विविध अनुभव मिळत होते, नवीन काही ना काही शिकणे होत होते. पण

तरीही, आपले शास्त्रीय संगीत शिक्षण थांबले याची माझ्या मनात कुठेतरी रुखरुख होती. रामभाऊ गेल्यानंतर शास्त्रीय संगीत शिक्षणात खंडच पडला होता. ते पुन्हा सुरू करावे अशी ओढ होती. मग रामभाऊंचे गुरुबंधू द. के. आगाशे यांच्याकडे शास्त्रीय संगीत शिकायला पुनश्च एकवार सुरुवात केली. रामभाऊंकडे शिकत असताना त्यांच्या खोलीवर शिकण्यासाठी जात असे, त्यामुळे परिचय होताच.

याच काळात, म्हणजे १९८२-८३मध्ये निर्माते अरुण काकतकर यांनी दूरदर्शनवर *'चैत्रबन'*चा प्रयोग करायचा ठरवला. मला त्या कार्यक्रमात संधी मिळाली. यातून जुन्या-नव्या कलाकारांत कलह निर्माण झाला. *'चैत्रबन'* पार पडले; पण धुसफूस होत राहिली. याच वातावरणात 'स्वरानंद' व 'स्वरांकित' एकत्र करण्याचा प्रस्ताव पुढे आला.

अशा विचित्र ताणलेल्या परिस्थितीमध्येच ठाण्यात गडकरी रंगायतनला नव्या-जुन्या कलाकारांसह *'चैत्रबन'*चा प्रयोग लावण्यात आला होता. कार्यक्रमात स्टेजवर एकत्र सादरीकरण करतानादेखील नवे आणि जुने कलाकार एकमेकांशी बोलत नव्हते. अतिशय विचित्र हास्यास्पद, तणावग्रस्त वातावरणात प्रयोग पार पडला. परिस्थिती चिघळत गेली आणि अखेर 'चैत्रबन' परिवाराला तडा गेला.

'चैत्रबन' हा खरोखर एक परिवार होता; कारण तिथे प्रेम होतं, शिस्त होती, व्यसनं नव्हती, एकमेकांबरोबर शिकत केलेली प्रगती होती आणि काहीतरी नवीन – चांगलं घडवण्याची ऊर्मी होती. दर्जेदार संगीत सादरीकरणातून श्रोते घडवणारी एक चांगली संस्था अखेर बंद पडली, याची माझ्या मनात आजतागायत खंत आहे. या संस्थेच्या बाबा देसाईंनी मला गाणं सादरीकरणाचे जे धडे दिले, मला जी दिशा दिली तिचा मला पुढच्या आयुष्यात खरोखर प्रचंड उपयोग झाला. एक कलाकार म्हणून तुम्हांला इतर कुणी गायलेली गाणी उत्तम प्रकारे सादर करायची असतील तर बाबा देसाईंसारखा गाणं शिस्तीने घोटवून घेणारा तालीम मास्तर तुम्हांला काही काळ तरी जरूर भेटायला पाहिजे.

यानंतर लवकरच म्हणजे १९८३मध्ये निवेदक सुधीर गाडगीळ व निर्माते अरुण काकतकर यांनी 'स्वरमुग्धा' ही संस्था सुरू केली. तिच्या मार्फत परत एकदा *'चैत्रबन'*चे प्रयोग सुरू झाले. जोडीला सर्वसमावेशक असा *'आठवणीतली गाणी'* हा नवीन कार्यक्रम सुरू झाला.

## स्वरमुग्धा संस्थेचा उदय

### कार्यक्रम तेच आणि कलाकारही तेच...

'स्वरमुग्धा'तर्फे १९८५मध्ये 'चैत्रबन'चा शतक महोत्सव साजरा करण्यात आला. कार्यक्रम पूर्वीचाच असल्याने तयारी होतीच. जुनी दारू नव्या बाटलीत... त्यातली गत! पुण्यात टिळक स्मारक मंदिरमध्ये झालेल्या या कार्यक्रमाला सुधीर फडके आणि ललिता फडके, सुप्रसिद्ध गायिका आशा भोसले, नामवंत फोटोग्राफर गौतम राजाध्यक्ष असे दिग्गज उपस्थित होते. मी प्रथमच माझ्या दैवतासमोर, बाबूजींसमोर माझं गाणं सादर करणार होतो. उत्सुकता, थोडी धडधड अशा संमिश्र भावनांची माझ्या मनात दाटी झाली होती. मी मंचावर आलो आणि पहिल्या गाण्याला सुरुवात केली 'तुझे रूप चित्ती राहो'! उभा राहून गात असल्याने दडपणामुळे आलेल्या मुंग्या सबंध पायभर धावत होत्या. पण, जेव्हा बाबूजींना सुहास्य मुद्रेने दाद देताना पाहिलं तेव्हा मात्र सर्व दडपण गळून पडलं. आशाताई जरा आठ्या घालून बघत होत्या... त्याची काळजी वाटली; पण त्यांनीसुद्धा कार्यक्रमानंतर माझ्या गाण्याच्या डायरीमध्ये 'आशीर्वाद' लिहून दिले. गौतम राजाध्यक्ष यांनीदेखील भेटून कौतुक केले आणि चार भल्या सूचनाही केल्या. एका नवोदित कलाकारासाठी या गोष्टी मोलाच्या असतात, हे नक्की!

कार्यक्रम दर्जेदार होतेच; त्यामुळे त्यांची संख्या वाढती होती. गणपती आणि नवरात्र या काळात तर उसंत नसायची. मुंबईमधल्या अशा कार्यक्रमांत कधी अवचित पंडित हृदयनाथ मंगेशकरांसारखी अधिकारी व्यक्ती यायची आणि एखादं गाणं गाऊन जायची. *'घर थकलेले संन्यासी', 'ती गेली तेव्हा', 'लव लव करी पातं'* अशी त्यांची गाणी तेव्हा नवीन होती आणि ती त्यांच्याकडून ऐकायला मिळायची. ते फारसे बोलत नसत, सूचनाही करत नसत. कार्यक्रमातच बोलायचे, गायचे आणि निघूनही जायचे. सुरुवातीला त्यांच्या उपस्थितीचं दडपण यायचं; पुढे मात्र ते सरावाचं झालं.

कार्यक्रम जोरात सुरू होते. पण केवळ संगीत कार्यक्रम करून मला भागणार नव्हतं; तर प्रपंचाची जबाबदारीदेखील पूर्ण करणं आवश्यक होतं. कार्यक्रमांच्या जोडीला वडिलांबरोबर काम करायला सुरुवात झाली. गुंतवणूक सल्लागार प्रतिनिधी म्हणून त्यांनी मला कामात हळूहळू तरबेज केलं. काम जबाबदारीचं होतं. व्यावसायिक म्हणून आणि कलाकार म्हणून उत्तम भूमिका निभावताना माझी

तारेवरची कसरत सुरू होती.

## गजाननराव वाटवेंचा अमृत योग

आमच्या एका कार्यक्रमासाठी मी मुंबईत होतो. त्या वेळी एक फार छान योग जुळून आला. दूरदर्शनसाठी गजाननराव वाटवे (अण्णा वाटवे) यांचं *'गगनी उगवला सायंतारा'* या गाण्याचं शूटिंग सुरू होतं आणि मला ते पाहायला मिळालं. त्यांची गायकी मला आवडत होतीच; आता ते गाणं ऐकताना मात्र आपण यांच्याकडे गाणं शिकलंच पाहिजे, असं मला प्रकर्षाने वाटू लागलं. आगाशे बुवांकडे शास्त्रीय संगीताचा रियाज / शिक्षण सुरू होतंच; त्या जोडीला आता वाटवेंकडेदेखील शिकणं सुरू झालं. त्यांचे स्वच्छ, स्पष्ट आणि स्वाभाविक शब्दोच्चार, उत्तम काव्यनिवड यामुळे शिकायला हुरूप यायचा. गजाननराव अगदी मोकळेपणाने शिकवायचे आणि गाताना मला स्वातंत्र्य द्यायचे.

वाटवेंकडे शिकत असताना दोन संधी मला फार छान मिळाल्या : एक म्हणजे, गुरुपौर्णिमेनिमित्त दूरदर्शनवर झालेल्या कार्यक्रमात त्यांच्याबरोबर मला गायला मिळालं; आणि दुसरं म्हणजे, पेरूगेट मैदानावर झालेल्या गाण्याच्या कार्यक्रमात अण्णांबरोबर जिथे मालती पांडे, कुमुदिनी पेडणेकर अशा सुप्रसिद्ध गायिका होत्या तिथे मला दोन गाणी सादर करायला मिळाली.

पुढेही अण्णांबरोबर आणखी काही ठिकाणी गायची संधी मिळाली. एक फार वेगळाच योग अरुण काकतकरांमुळे अण्णांच्या बाबतीत जुळून आला. अरुण काकतकर सतत नावीन्यपूर्ण काम करायच्या नादाने झपाटलेले असायचे. यातूनच त्यांना अण्णा गातानाचे अगदी अनौपचारिक शूटिंग करायची कल्पना आली. पुण्यातील शुक्रवार पेठेतल्या परांजपे यांच्या अकरा मारुती मंदिरात शूटिंग ठरलं. मोजक्या श्रोत्यांपुढे गाणं उलगडणारं निवेदन करत अण्णा अप्रतिम गायले. सुगम गायन कसे करावे याचा तो एक अनमोल वस्तुपाठच होता. श्रोत्यांमध्ये सामील होण्याची संधी मिळाल्याने हे दान पदरात पडलं.

काही वर्षांनंतर गाण्यांच्या जोडीला काकतकरांनी अण्णा दिसतात कसे, बोलतात कसे याचेही शूटिंग करून ठेवले. याही वेळी मी काकतकरांबरोबर होतोच. नव्वदीमधले अण्णा अगदी सतेज होते. मागच्या आठवणी काढून खळाळून हसत होते. मला अगदी आवर्जून गायला लावले. 'बुजरा आहेस!' म्हणून टीकाही केली आणि 'या बुजरेपणामुळेच तू गुणी असून मागे पडलास' असेही तळमळीने म्हणाले. पुढे या दोन्ही शूटिंग्जचा वापर करून काकतकरांनी अण्णांचे आणि

त्यांच्या गायकीचे दर्शन घडवणारी फिल्म तयार केली. अण्णांवरची ही फिल्म म्हणजे एक अनमोल ठेवा आहे!

अण्णांचं निधन झाल्यावर त्यांना श्रद्धांजली म्हणून दीनानाथ मंगेशकर रुग्णालयाच्या हॉलमध्ये झालेल्या कार्यक्रमात ही फिल्म आवर्जून दाखवण्यात आली. अण्णांसारख्या महान कलावंताकडे मला गाणं शिकायची संधी मिळाली, त्यांच्याशी मोकळ्या गप्पा मारता आल्या. अजित सोमण आणि मी अशा दोघांनी त्यांची एकदा मुलाखत घेतली होती. कोणतेही आढेवेढे न घेता अण्णा दिलखुलासपणे आमच्याशी बोलले. अण्णा म्हणजे माझ्या आयुष्यातलं एक सोनेरी पान आहेत!

## स्वरमुग्धा प्रस्तुत 'आनंदघन'

'स्वरमुग्धा'चे कार्यक्रम जोरात सुरू असताना अरुण काकतकरांनी *'आनंदघन'* या एका आगळ्यावेगळ्या कार्यक्रमाची निर्मिती केली. आनंदघन म्हणजेच लता मंगेशकर व हृदयनाथ (बाळासाहेब) यांच्या गाण्यांवर हा कार्यक्रम आधारित होता. मी, मुकुंद फणसळकर, राहुल घोरपडे, रंजना पेठे, अनुराधा मराठे असे गायक कलाकार यामध्ये होते. एक ते दीड महिना आमची प्रॅक्टिस सुरू होती. पण त्यात गांभीर्य किंवा मजा आता पूर्वीसारखी राहिली नव्हती. हा कार्यक्रम स्त्रीप्रधान असल्याने पुरुष गायकांना मोजकीच गाणी होती.

१५ ऑगस्ट १९८६ रोजी या कार्यक्रमाचा पहिला प्रयोग पुण्याच्या लक्ष्मी क्रीडा मंदिरात हृदयनाथ मंगेशकरांच्या उपस्थितीत दिमाखात पार पडला. पुढे लवकरच लताबाई, भीमसेनजी, ज्योत्स्नाबाई भोळे, शांताबाई शेळके अशा दिग्गज मंडळींसमोर या कार्यक्रमाचा भव्य प्रयोग रेणुका स्वरूप शाळेच्या मैदानावर झाला. कार्यक्रम तर उत्तम झाला; पण त्याहीपेक्षा जास्त उत्तम अनुभव याच्या रिहर्सल्सचा होता. काही रिहर्सल्स तर लताबाई - आशाबाई यांच्या उपस्थितीत 'श्री मंगेश' या मंगेशकरांच्या घरी झाल्या. लताबाई एकदा उषाताईंना गाणं शिकवत होत्या, तो प्रसंग डोळ्यांत आणि कानांत साठवण्याजोगाच होता.

एकदा तर मजाच झाली... मी माझ्या नादात पायऱ्या चढत हॉलच्या दाराशी पोहोचलो. दाराजवळच साक्षात आशाबाई बसलेल्या होत्या. मला पाहताच त्यांनी पटकन सांगितलं, "तुम्ही रिहर्सलसाठी आला असलात तर इकडून आत जा!" अचानकच त्यांच्याशी बोलायला मिळाल्याचा मला कोण आनंद झाला होता!

सर्वच मंगेशकर मंडळींचं मोठेपण सातत्याने अनुभवलं. कितीही काम असलं

तरी लताबाई काय किंवा आशाबाई काय; गाण्याचा रियाज कधीच चुकवत नाहीत. कार्यक्रम असेल तर रिहर्सल्ससाठी आवर्जून वेळ देतात, त्यात अजिबात तडजोड नाही. प्रत्येक कलाकाराने हे त्यांच्याकडून शिकण्यासारखं आहे. आपण त्यांच्या गाण्यांचा कार्यक्रम करतो... पण मग त्यांच्यासारखी निष्ठेने, तडजोड न करता प्रॅक्टिस, रियाज करतो का... याचं भान प्रत्येक कलाकाराने जरूर बाळगलं पाहिजे, असं मला वाटतं. रियाज आणि रिहर्सल यामध्ये बनचुकेपणा का असावा?

कार्यक्रमांच्या मांदियाळीत एकदा टिळक स्मारकमध्ये एक कार्यक्रम होता. मी घाईने ग्रीन रूममध्ये गेलो आणि थबकलोच! गानकोकिळा लताबाई एकट्याच शांतपणे तिथे बसलेल्या होत्या. मी चटकन त्यांना नमस्कार केला. आशीर्वाद देत त्या म्हणाल्या, ''तुम्ही *'आनंदघन'* कार्यक्रमात गाता न?'' माझ्यासारख्या छोट्या कलावंताला त्यांनी लक्षात ठेवलं यापेक्षा अधिक धन्यतेचा क्षण काय असणार!

या कार्यक्रमाच्या निमित्ताने अनेक थोरामोठ्यांचं दर्शन व्हायचं, त्यांचे आशीर्वाद मिळायचे. माणिक वर्मा, सुलोचनाबाई, रमेश - सीमा देव, पी. सावळाराम, उषाकिरण, बाळासाहेब ठाकरे असे विविध मान्यवर प्रयोगांना येत आणि त्यांच्याकडून दिलखुलास दाद मिळत असे. नागपूर कार्यक्रमावेळी कविवर्य सुरेश भट यांना भेटायची व त्यांचे *'केव्हातरी पहाटे'* ही गाणं त्यांना ऐकवण्याची मला संधी मिळाली.

आमच्या कार्यक्रमांप्रमाणेच इतरही कार्यक्रम, वेगवेगळे ग्रुप्स येत होते. स्पर्धा व कार्यक्रम यांची संख्या वाढताना दिसत होती. पण त्याच वेळी घाईत, मोठ्या संख्येने कार्यक्रम करण्याच्या नादात नव्याने झालेल्या बहुतांश ग्रुप्सचा दर्जा खालावतोय हे जाणवत होतं. अर्थात, याला काही अपवाद होतेच.

## राहुल घोरपडे – एक नवीन संस्था

या काळातला *'गाणी मंगेशकरांची'*, हा राहुल घोरपडे यांचा मात्र एक उत्तम कार्यक्रम मला आठवतो. आपलीही एक नवीन संस्था असावी या भूमिकेतून राहुलने या कार्यक्रमाचा घाट घातला होता. तो मंगेशकरांचा मोठा चाहता असल्याने त्याने त्यांची वैविध्यपूर्ण गाणी ऐकवण्याचा प्रयत्न या कार्यक्रमामधून केला होता. कार्यक्रमात फार काही वेगळेपण असे जाणवले नाही.

*'आनंदघन'*नंतर *'हे स्वप्नांचे पक्षी'* हा संगीतकार श्रीनिवास खळे यांच्या गाण्यांवर आधारित कार्यक्रम राहुलने केला. कार्यक्रम छान होता; पण यातही खास वेगळेपणा जाणवला नाही. खळे काका आणि राहुल यांचं एक वेगळं अतूट नातं

होतं. खळे काकांनी जातीने स्वतः पुण्यात राहून आठवडाभर आमची रिहर्सल घेतली. खळे काकांची एक अभ्यासपूर्ण अशी जी शैली आहे ती या निमित्ताने थोडी परिचित झाली. *'जादू अशी घडे ही'*, *'शुक्रतारा'*, *'लळा जिव्हाळा शब्दच खोटे'* ही माझी त्या कार्यक्रमातली गाणी त्यांच्याकडून समजावून घेताना खळे काका गाणं शिकवतात कसं, गाण्याच्या बारकाव्यांचा ते कसा विचार करतात हे जवळून अनुभवता आलं. त्यांच्याकडून शिकताना खूप छान वाटायचं. ते आत्मविश्वास वाढवायचे त्यामुळे भीती जायची. कार्यक्रम चांगला होण्यासाठी किती व कशी मेहनत करायला पाहिजे हे मी सातत्याने शिकत गेलो. त्यामुळे घिसाडघाईने उभा केलेला कार्यक्रम पाहिला की वाईट वाटायचं. फक्त पैशांशी मतलब ठेवून एकाच छापाचे कार्यक्रम कलावंत आणि श्रोते, दोघांसाठीही घातकच!

## 'अनन्वय' एक दर्जेदार संस्था

गाण्याच्या कार्यक्रमात नवीन काही करून पाहावे, काही वेगळे सादर करता यावे या हेतूने राहुल घोरपडे, डॉ. माधवी वैद्य, नीलेश श्रीखंडे या शब्दसुरांवर प्रेम करणाऱ्या मंडळींनी 'अनन्वय' संस्था सुरू केली. 'अनन्वय' या संस्थेसाठी अनेक वेळा गायचा योग आल्याने मलाही विविध प्रकारची गाणी सादर करता आली.

अरुण काकतकर संत ज्ञानेश्वरांच्या विराण्यांवर *'अवसेचे चांदिणे'* नावाचा एक कार्यक्रम करत होते. या सर्व विराण्यांना राहुल घोरपडेने संगीतबद्ध केलं होतं. मी, राहुल आणि योगिता गोडबोले या रचना गाणार होतो. *'पंढरपुरीचा निळा'* आणि *'सावळे परब्रह्म आवडे या जीवा'* या दोन विराण्या गायची संधी मला मिळाली.

सांगीतिकदृष्ट्या अतिशय उत्तम असलेल्या या कार्यक्रमाला ज्येष्ठ अभ्यासक व वक्ते राम शेवाळकर यांच्या निरूपणाची जोड होती. 'निरूपण कसे असावे' याचा सोदाहरण अनुभव राम शेवाळकरांनी प्रेक्षकांना दिला. भरत नाट्य मंदिरात या कार्यक्रमाचा पहिला देखणा, रंगतदार प्रयोग झाला होता. या कार्यक्रमाचे मोजकेच प्रयोग झाले. पण हा जवळून घेतलेला अनुभव फार समाधान व आत्मिक आनंद देणारा होता.

'अनन्वय' चं एक अतिशय दर्जेदार काम म्हणजे *'कवी – शब्दांचे ईश्वर'*. डॉ. माधवी वैद्य यांनी ते नंतर पुस्तकरूपात प्रसिद्ध केले. त्यांना मनःपूर्वक धन्यवाद आणि संस्थेस अनेक शुभेच्छा!

# रियाजाविषयी बोलू काही...

मला नेहमी एक प्रश्न पडतो – कष्टाला आणि व्यायामाला पर्याय नसतो, मग कलेच्या क्षेत्रात रियाजाला आणि नाट्यक्षेत्रात तालमीला पर्याय असू शकतो का?

या विषयावर अनेक तज्ज्ञ मंडळींशी चर्चा होत असते. ''आमच्या काळात असं होतं... आता मात्र वेगळे आहे,'' असे जनरेशन गॅपविषयीचे मुद्देही पुढे येतात. पण एक गोष्ट निर्विवाद आहे – रंगमंचावरून कोणतीही कला पेश करताना तयारी, अभ्यास आणि आत्मविश्वास नसेल, तर ती टिकणार तरी कशी?

स्वरराज छोटा गंधर्व सतत गाणे डोक्यात ठेवून मनन-चिंतनात मग्न असत. त्यांचे पाठांतर विलक्षण होते – त्यांचा रियाज हा असा होता. पंडित भीमसेन जोशी म्हणायचे, ''मी न येणाऱ्या गोष्टींचाच रियाज करतो.''

विख्यात गायिका मालिनी राजूरकर सांगतात, ''मी नेहमी डोळस रियाज करते; त्यामुळे कमी वेळातही बऱ्याच गोष्टी साध्य होतात. पण त्यासाठी आधी अनेक वर्षं सातत्याने रियाज करावा लागतो. मगच हे साध्य होतं.''

बहुस्पर्शी गायिका माणिक वर्मा तर रियाजात कधीच तडजोड करत नसत – कितीही अडचणी आल्या तरी! त्यांच्या आत्मचरित्रात त्यांनी याबद्दल लिहिलेले आहे. सुगम संगीतात मात्र रियाजाबद्दल जागरूकता तुलनेने कमी असल्याचे जाणवते. मंगेशकर कुटुंबीय आजही दररोज तानपुरा घेऊन बसतात, म्हणूनच इतकी वर्षं ते आपल्याला श्रवणानंद देत आहेत. संगीतकार यशवंत देव यांनी *रियाजाचा कानमंत्र* आणि *शब्दप्रधान गायकी* या पुस्तकांच्या रूपाने संगीतावर मोलाचे काम केले आहे. तसेच संगीतकार-गायक सुधीर फडके प्रत्येक कार्यक्रमापूर्वी तानपुरावर

किंवा पेटीवर आवाज स्वच्छ करत असत.

हे सांगायचा मनापासून एकच हेतू आहे – सुगम संगीत गायकांनी ऐकण्याचा रियाज अधिक केला पाहिजे; संगीताचे सर्व प्रकार डोळसपणे आत्मसात केले पाहिजेत; रोज तानपुरा हाती घेतला पाहिजे.

तरुण वर्गाने तडफदार गायन करावे; हलकेफुलके, नाजूक गायन नको. तंबोऱ्यावर 'ॐ' साधना, संस्कृत पठण केले पाहिजे. यामुळे आवाज आणि शब्द (बाराखडी) या दोन्हींचा रियाज होतो. उच्चारशास्त्र हा अत्यंत महत्त्वाचा भाग आहे; त्याकडे लक्ष दिल्यास गाणे अधिक स्पष्ट, परिणामकारक आणि खऱ्या अर्थाने 'सुगम' होईल!

# सैरभैर मन आणि 'सुगम' नावाचा भाग्ययोग

## सैरभैर मन

आता तारुण्याचा काळ सरून माझी प्रौढत्वाकडे वाटचाल सुरू झाली होती. वयानुसार विचारांमध्येदेखील ठळक बदल व्हायला सुरुवात झाली. सुगम संगीताचे विविध प्रकारचे पुष्कळ कार्यक्रम करून झाले होते. सतत गाणी बसवून, सादर करून एक साचलेपणा, तोचतोचपणा जाणवत होता. गाण्याच्या एका चाकोरीत अडकल्याची घुसमट माझ्यातला कलाकार अनुभवत होता. कलाकार म्हणून माझी दिशाच चुकली आहे ही भावना प्रबळ होत चालली. या अशा गाण्याच्या, या कार्यक्रमांच्या वाटेने जायचंच नव्हतं तर कशाला चालत राहिलास वाट... सोडली का नाही वेळेत... मन पुरतं विषण्ण झालं!

आता काहीतरी वेगळं, जे स्वतःचं सृजन असेल असं करायचा प्रयत्न करावा हे उमजत होतं; पण नक्की काय करावं समजत नव्हतं. गाण्याचा रियाज आणि शिक्षण थांबलं होतं. कानाला धरून, खडे बोल सुनावून मला नीट वाटेवर आणणाऱ्या गुरूची कमतरता प्रकर्षाने भासत होती. आता हे असं गाणं बस्स झालं! तुझ्यात नवीन दिशा धुंडाळायची, नवनिर्मिती करण्याची क्षमता आहे हे सांगणारं कुणीतरी पाहिजे होतं.

एकीकडे जबाबदाऱ्या वाढत होत्या, दुसरीकडे हे असे विचार मनात गोंधळ घालत होते. नवीन वाटेने जायचं तर होतं; पण जुनी रुळलेली वाट सोडवतही नव्हती. मी सोडून इतर सर्वांनाच माझे विचार - वागणं अवास्तव वाटत होतं. त्यांचंही बरोबरच होतं; पण माझी घुसमट मलाच ठाऊक होती.

मनातला हा वैचारिक गोंधळ मला भलतीकडेच घेऊन गेला. कंपू जमवून गप्पा मारत, पान खात, इतरांना त्यांच्या गाण्यातल्या कोतेपणाबद्दल नावं ठेव असा भलताच प्रकारही मी बराच काळ करत होतो. या अवस्थेत मी बरेच दिवस घालवले. अशा प्रकारचे अतिविचार माझ्यातल्या कलाकाराला मारक ठरतील असे कळूनदेखील मी वेडेपणा करत सुटलो होतो; आयुष्यातला मौलिक वेळ वाया घालवत होतो.

'तुम्ही नुसतीच नावं ठेवता, टीका करता! मग दाखवा की स्वतः काहीतरी चांगलं घडवून!' असं वर्तुळातले सगळे बोलायला लागले. पण नवीन काही करायला सशक्त पाठिंबा, मनुष्यबळ, पैशाचं बळही लागतंच. सांसारिक जबाबदाऱ्या, व्यवसाय यातून असं काही नवीन करण्याचं धाडस होत नव्हतं.

अशा खिन्न अवस्थेत, विचारांच्या धुमश्चक्रीत दिवस जात होते. आणि मग १९९५ सालचा गुरुपौर्णिमेचा दिवस उगवला.

## 'सुगम' नावाचा भाग्ययोग

दरवर्षीप्रमाणे गुरुपौर्णिमेनिमित्त गायला - वाजवायला बसलो होतो. त्या दिवशी माझा जवळचा मित्र आणि *'चैत्रबन'*मधला सहकारी, तबलावादक संजय पंडित याच्या घरीच ही मैफील होती. गप्पा मारताना 'सुगम' या संस्थेच्या कल्पनेबद्दल चर्चा झाली आणि सर्वांनाच ही कल्पना पसंत पडून 'सुगम'चा जन्म झाला. तिच्या रूपाने आलेल्या आशेच्या नव्या किरणाने माझी वैचारिक कोंडी अखेर फुटली. किती अन् कायकाय उपक्रम सुरू करू असं मला झालं. मधला सगळा आळस, सगळी खिन्नता मी झटकून टाकली.

'सुगम'च्या निमित्ताने सुप्रसिद्ध बासरीवादक प्राध्यापक अजित सोमण, हार्मोनियमवादक डॉ. अरविंद थत्ते हे 'चैत्रबन'मधले सहकारी व चांगले मित्र पुन्हा एकदा जवळ आले. आमचे संगीतप्रेमी मित्र शिरीष व त्याची पत्नी स्वाती क्षीरसागर आमच्यात सामील झाले. त्यांच्याच घरी केक कापून 'सुगम'च्या कागदपत्रांवर सह्या झाल्या. प्रा. अजित सोमण हे अध्यक्ष; संजय पंडित, मी, शिरीष, स्वाती हे विश्वस्त; तर डॉ. अरविंद थत्ते हे सल्लागार अशी आमची कार्यकारी समिती तयार झाली. आम्हां सर्वांच्या जोडीला कविवर्य सुधीर मोघे 'सुगम'बरोबर अगदी तिच्या जन्मापासून सोबत राहिले. १९९५मधल्या गुरुपौर्णिमेला स्थापन झालेल्या 'सुगम'ची लवकरच सरकारदरबारी संस्थेची नोंद झाली (क्रमांक E – 2270).

संगीत क्षेत्रात निष्ठेने नावीन्याचा शोध घेत, श्रोत्यांचे प्रबोधन करणे हा हेतू निश्चित करून आम्ही कामकाजाला सुरुवात केली.

'सुगम'ने सुरुवातीला दोन-तीन प्रवाह निश्चित केले. एक म्हणजे, 'सुगम'च्या कलाकारांनी सादर केलेला रंगमंचीय आविष्कार; दुसरं म्हणजे, एका विशेष कलाकारांचा कार्यक्रम आणि दर महिन्याला काहीतरी नवीन सांगीतिक उपक्रम. संस्थेच्या कार्यक्रमात गाणी सादर करायची; पण अभ्यास करून. दर महिन्याला एखादा विषय, एखादा कलाकार निवडून त्याचा अभ्यास करायचा, श्रोत्यांना रंजकतेच्या जोडीने नवनवीन विषयांद्वारे संगीत-विचार ऐकवायचे अशा ठोस विचारांवर आम्ही पावले टाकायला सुरुवात केली.

'सुगम' सुरू तर झाली. तिला पहिला आशीर्वाद लाभला तो विख्यात संगीतकार आणि गायक रामभाऊ फाटक यांचा. संजयच्या घरी त्यांची गाणी आणि गप्पांची अगदी अनौपचारिक मैफील सुरेख रंगली. रामभाऊ हार्मोनियम वाजवत विविध गाणी गाऊन दाखवत होते. *'तीर्थ विठ्ठल', 'पंढरी निवासा', 'नामाचा गजर'* —एकामागून एक सुंदर, प्रासादिक अशा शब्द आणि सूर रचना ज्या ईश्वर चिंतनात रमवतात त्यात आम्ही अगदी रंगून गेलो होतो. भीमसेनजी, बाबूजी, अण्णा वाटवे या सर्वांबरोबरच रामभाऊंनी भरपूर काम केलं होतं, त्यामुळे त्यांच्या गायकीविषयी अनेक किस्से-आठवणी यांची पोतडी त्यांनी त्या दिवशी उघडली होती... आणि आम्ही सर्व प्रेक्षक-श्रोते त्या पोतडीतून निघणाऱ्या एकेका अलंकाराकडे विस्मित होऊन पाहत होतो! लयीची विलक्षण जाण असणाऱ्या रामभाऊंकडून विविध गाण्यांमधील लयीचा खेळ समजून घेणे हा फार सुंदर अनुभव होता.

भीमसेनजींच्या संतवाणीचा प्रारंभ करणारे रामभाऊ रेडिओवरचेदेखील फार मोठे कलाकार होते; आणि एक कलाकार असण्याच्या जोडीलाच एक माणूस म्हणूनही तेवढेच भले होते. 'सुगम' सुरू झाल्यापासून रामभाऊंचे मार्गदर्शन, पाठिंबा व आशीर्वाद सतत आमच्या पाठीशी होते, हे आमचे परमभाग्य होय!

## 'सुगम'चा प्रथम रंगमंचीय आविष्कार

'सुगम'च्या प्रथम रंगमंचीय आविष्कारासाठी संगीतकार गायक सुधीर फडके यांच्या कार्याचा संशोधनपर आढावा घेण्याचे ठरले. बाबूजी माझे दैवत असल्याने, अर्थातच याचा विशेष कार्यभार मी आनंदाने माझ्याकडे घेतला. १९४७ ते १९९७ या प्रदीर्घ कालखंडातील चित्रपट संगीत, भावसंगीत आणि अर्थात 'गीतरामायण'

यांचा समावेश कार्यक्रमामध्ये करण्याचे ठरले.

या निमित्ताने या कालखंडातील बाबूजींच्या संगीतातले महत्त्वाचे टप्पे तसंच गायक व संगीतकार या दोन्ही रूपातले बाबूजी अभ्यासायचं ठरवलं. त्याप्रमाणे वेळेचे भान ठेवून, कलाकारांची मर्यादा ठरवून गाणी ठरवणं आणि ती बसवून घेताना गाण्याच्या भावभावना, लय - ताल या सर्व बाबींचा विचार फार महत्त्वाचा होता. त्यावर भरपूर मनन-चिंतन व्हायचं. इतर कवी, संगीतकार, गायक याचे वैविध्यही यात होतेच. कार्यक्रम खूपच गाजला; कारण तालमी उत्तम पद्धतीने केल्या होत्या. इथे 'चैत्रबन' स्कूल फायदा झाला. या कार्यक्रमासाठी नवीन आवाज, नवीन वादक यांच्या शोधासाठीही मी बरेच प्रयत्न केले. जिथे जिथे गाण्याचे कार्यक्रम असतील, तिथे तिथे मी ते जाऊन ऐकत असे. बरेच दिवस गेले, पण मनासारखा टॅलेंट काही मिळत नव्हता. मग आम्ही त्यासाठी 'सुधीर फडके गीत गायन स्पर्धा' आयोजित केली. त्याला प्रतिसादही चांगला मिळाला. दिवसभर स्पर्धा झाली. रामभाऊ फाटक यांच्या हस्ते संध्याकाळी बक्षीस समारंभ झाला. प्राची आणि मंजिरी ओक या बहिणी यात चमकल्या. त्या शालेय वयातल्या असल्याने रामभाऊंनी त्यांचे विशेष कौतुक केले. वादक मात्र आम्हांला हवे तसे मिळाले नाहीत. एकंदरीत काय; तर स्पर्धा झाली, पण आमच्या कार्यक्रमासाठी मनाजोगं टॅलेंट मिळालं नाही. विशेष म्हणजे, या निमित्ताने कवी सुधीर मोघे, सुप्रसिद्ध हार्मोनियमवादक डॉ. अरविंद थत्ते अशी अनेक मातब्बर मंडळी 'सुगम'बरोबर जोडली गेली आणि 'सुगम'ला त्यांचा सदैव पाठिंबा मिळत गेला.

या रंगमंचीय आविष्कारासाठी आमच्या तालमी सुरू झाल्या. आम्ही सर्व जण 'चैत्रबन स्कूल' मधले असल्याने तालमी अतिशय पद्धतशीरपणे व गंभीरपणे करत असू. स्पर्धेतल्या प्राची व मंजिरीलादेखील यात संधी द्यायचं ठरवलं. *'बहरला पारिजात दारी', 'प्रेमात तुझ्या पडले मी'* अशी गाणी या कार्यक्रमात सादर होत असत. गाण्यातील भावना, शब्द, लय, संगीतकाराची शैली असा सगळा अभ्यास तालमीत होत असे. गाणं जर ॲडलिप असेल तर योग्य लय पकडून गाणं सुरू करावं लागे – तेही सगळं पाच मिनिटांत (सर्व सांभाळून)! नुसती चाल म्हणून काय उपयोग... गाणं पोहोचलं पाहिजे ना! म्हणून तालीम महत्त्वाची! खरं शिक्षण तिथेच होतं.

आमच्या बऱ्याचशा तालमी या संजयच्या घरी होत असत. तालमी, मीटिंग्सपासून ते मोठ्या मंडळींच्या आदरातिथ्यापर्यंत सर्व काही सामावून घेणारं

संजयचं पूर्ण घरच 'सुगम'मय होऊन गेलं होतं. 'सुगम'बरोबर सुरुवातीपासून जोडल्या गेलेल्या ज्येष्ठ गायिका अनुराधा मराठे यांच्याकडेही आम्ही तालमी करत असू. त्याच जोडीला गोवर्धन कार्यालय हेदेखील आमचं सर्वांचं प्रॅक्टिसचं आवडतं ठिकाण. कार्यक्रमांच्या तालमीसाठी तिथे आम्हांला नेहमीच मुक्त द्वार असे. 'सुगम'चे कार्यक्रम, त्यांच्या तालमी या सर्वांत आमचा अजून एक मित्र, उत्तम व्हायोलिनवादक प्रमोद रानडेदेखील नेहमीच सक्रिय सहभागी असायचा. वादन - गायन - चर्चा यामध्ये त्याचं योगदान मोलाचं असायचं. प्रमोदमुळे 'सुगम'बरोबर फार छान जोडली गेलेली गायिका म्हणजे वृषाली बापट. आपसांतील सहकार्याची भावना, होणारी बौद्धिक चर्चा आमच्या मैत्रीस पोषक ठरली आणि आमची मैत्री दृढ झाली. तिच्याबरोबरची मैत्री मला खूप काही देऊन गेली.

बाबूजींवर आधारित 'तुझे गीत गाण्यासाठी' हा कार्यक्रम आकाराला येत होता. दीड-दोन महिने प्रॅक्टिस पार पडल्यानंतर रंगीत तालमीचा दिवस उजाडला. गोवर्धनच्या मागेच रामभाऊ फाटक राहत असल्याने त्यांना आम्ही रंगीत तालमीला बोलावलं. कार्यक्रमाच्या दृष्टीने काही बदल, दुरुस्त्या असतील, तर रामभाऊंनी त्या सांगाव्यात; तसेच काही त्रुटी असतील, तर त्यात सुधारणा सुचवाव्यात अशी त्यांना विनंती केली. रामभाऊ आपुलकीने आले. त्यांच्या सूचनांप्रमाणे काही बदल करून कार्यक्रम लवकरच सादर करायचा ठरवला.

इतक्या मेहनतीने बसवलेल्या कार्यक्रमाला बाबूजींची उपस्थिती असावी, अशी सर्वांचीच इच्छा होती. म्हणून मग आम्ही सर्व जण त्यांना आमंत्रण द्यायला मुंबईत जाऊन पोहोचलो. नुकतंच हृदयाचं ऑपरेशन झाल्याने बाबूजींची तब्येत फारशी बरी नव्हती. त्यामुळे अर्थातच कार्यक्रमाला ते उपस्थित राहू शकणार नव्हते. आम्ही जरा नाराज झालो. त्यांच्या अनुपस्थितीत *'तुझे गीत गाण्यासाठी'*चा शुभारंभाचा कार्यक्रम १५ नोव्हेंबर १९९५ रोजी पुण्यातील टिळक स्मारक मंदिर येथे पार पडला. नंतरही याचे आम्ही काही कार्यक्रम केले. पण बाबूजींच्या उपस्थितीत हा कार्यक्रम झाला पाहिजे, हे मनात ठेवूनच आम्ही 'सुगम'चे पुढचे उपक्रम करत होतो.

संगीत हा केवळ मनोरंजनाचा विषय नाही, तो आत्मसाधनेचा, मनोविकासाचा आणि संवेदनशीलतेचा एक अविभाज्य भाग आहे. हाच दृष्टिकोन ठेवून जानेवारी १९९६पासून शनिवार पेठेतल्या 'स्नेहसदन' येथे संगीतविषयक उपक्रम सुरू होणार होते. स्नेहसदन हे बैठे सभागृह रसिकांशी थेट संवाद साधता येण्याजोगे असल्याने आम्हांला ते मनोमन पसंत पडले होते. प्रत्येक महिन्यात एका आगळ्यावेगळ्या

विषयाला केंद्रस्थानी ठेवून सुगमतर्फे अभ्यासपूर्ण कार्यक्रम सादर होऊ लागले. कंठसंगीत, वाद्यसंगीत, नृत्य, भावसंगीत – या सर्व संगीतप्रकारांची विविधांगी सफर रसिक श्रोत्यांना या मंचावरून घडली.

## मर्मबंधातली ठेव : गजाननराव वाटवे

रंगमंचीय कार्यक्रमाची सुरुवात जशी सुधीर फडके यांच्या संगीत आविष्काराने आणि त्याच्या अभ्यासाने झाली, तशीच नवीन उपक्रमाची सुरुवात भावसंगीतविषयक मार्गदर्शनपर कार्यक्रमाने झाली. काव्यगायक गजाननराव वाटवे आणि सुप्रसिद्ध गायिका मालती पांडे यांनी आमच्या 'सुगम' कलाकारांना घेऊन *'मर्मबंधातली ठेव'* हा कार्यक्रम याकरिता बसवला.

*'मर्मबंधातली ठेव'* हा एक लेक्चर – डेमॉन्स्ट्रेशन उपक्रम होता. त्यात गजाननराव वाटवे आणि मालती पांडे यांनी नवीन काव्य, नवीन गाणी शिकवली. अनुराधा मराठे, वृषाली बापट, मानसी ओक आणि मी गायला होतो. अण्णा वाटवे यांच्याकडे तर मी शिकत होतोच; पण या निमित्ताने मालती पांडे यांच्याकडेही मला शिकायला मिळालं. निवेदिका शैला मुकुंद यांनी अण्णा आणि मालतीबाई यांच्याशी 'भावसंगीता'विषयी गप्पा मारत त्यात रंगत आणली.

माझी एक इच्छा होती, की भावसंगीतातील सर्व बुजुर्ग मंडळी आणि नवीन धडपडणारी मंडळी यांचा कला अभ्यास सादर करायचा. हे स्वप्नवत आणि अवघड वाटले तरी या कार्यक्रमामुळे प्रत्यक्षात त्याचा श्रीगणेशा झाला!

या दोन्ही महत्त्वाच्या कार्यक्रमाचा आणि उपक्रमाचा श्रीगणेशा तर झाला. आता, तीन विभागांमधून याविषयी मी लिहिणार आहे म्हणजे त्यात सुसूत्रता राहील.

# प्रथम 'सुगम'ने सादर केलेले रंगमंचीय आविष्कार...

## तुझे गीत गाण्यासाठी

*'तुझे गीत गाण्यासाठी'* या कार्यक्रमाकरिता बाबूजी आले पाहिजेत ही तीव्र इच्छा होतीच. गदिमा स्मृती समारोहामध्ये श्रीधर फडके यांना 'चैत्रबन' पुरस्कार मिळाला होता, आणि माणिक वर्मा यांना 'गदिमा पुरस्कार'. त्यानिमित्त 'सुगम'तर्फे संजयने माणिकबाईंचा सत्कार केला आणि मी श्रीधर फडके यांचे विशेष अभिनंदन केले.

त्या वेळी श्रीधरशी आम्ही बाबूजींनी कार्यक्रमाला येण्याविषयी बोलत होतो. तेव्हा ते म्हणाले, ''तुम्ही बाबूजींना त्रास देऊ नका. त्यापेक्षा प्रसिद्ध अरेंजर शामराव कांबळे हे पुण्यात राहायला आलेत, त्यांना तुम्ही बोलवा.''

त्या सुमारास *'वीर सावरकर'* या चित्रपटाचीदेखील खूपच धांदल चालली होती. अशाच बाबूजींच्या एका भेटीत गडबड असूनही त्यांनी 'तुमच्या कार्यक्रमाला मी येतो' असे म्हटल्यावर आमचा आनंद गगनात मावेना! आम्ही जोरदार प्रॅक्टिस सुरू केली.

बाबूजी येणार म्हणून शामराव कांबळे यांना खास आमंत्रित केलं. ३० एप्रिल १९९६ रोजी टिळक स्मारक मंदिर येथे *'तुझे गीत गाण्यासाठी'* हा बाबूजींसाठी बांधलेला कार्यक्रम मी त्यांना प्रत्यक्ष अर्पण केला. माझी खूप वर्षांपासूनची इच्छा पूर्ण झाली. बाबूजी आणि शामरावजी सुगम परिवारात प्रथमच आले आणि आमचे झाले.

बाबूजींना कार्यक्रम खूपच आवडला. ''आत्तापर्यंत मी माझ्यावरचा इतका सुंदर कार्यक्रम ऐकला नव्हता!'' असं त्यांनी विशेष कौतुक केलं. बाबूजींना तसेच शामरावांना खात्री पटली की ही सर्व मंडळी अतिशय मनापासून काम करत आहेत, आणि त्यांचं सादरीकरणही अभ्यास करून केलेलं आहे. त्यामुळे पुढच्या कामाचा आमचा उत्साह वाढला.

## कविता पानोपानी

सुगमचा पहिला वर्धापनदिन जवळ आला होता. त्याची प्राथमिक बांधणी सुरू होती. स्नेहसदन येथे दरमहा सादर होणारे उपक्रम उत्साहात सुरू होते. पहिल्या वर्धापनदिनाचे औचित्य साधून आम्ही दोन कार्यक्रम निश्चित केले. पहिल्या दिवशी *'कविता पानोपानी'* हा सुधीर मोघे यांचा स्वनिर्मित सदाबहार कार्यक्रम. हा कार्यक्रम म्युझिक ट्रॅक्सवर बांधलेला होता. स्वतःच्या कवितांवर आधारित असलेला हा कार्यक्रम सुधीर मोघे सादर करणार होते. प्रकाशयोजनेसह केलेला तो एक दर्जेदार एकपात्री आविष्कार होता.

## अमृताची गोडी

दुसरा कार्यक्रम सुगमच्या कलाकारांनी सादर करावा, ही माझ्या मनातील इच्छा होती. विख्यात गायिका श्रीमती माणिक वर्मा यांच्या गायकीवर कार्यक्रम करावा असं वाटलं. मी त्यांच्या गायकीचा भक्त, श्रोता आणि अभ्यासक होतो. मी

लहानपणापासून माणिकबाईंच्या गाण्याचा अभ्यास करत आलो आहे. मी त्यांना खूप वेळा प्रत्यक्ष ऐकलं होतं. त्यांच्या गायकीचा आवाका फारच मोठा होता. विविध प्रकार गाण्यात माणिकबाई तयार होत्या. त्या एक आदर्श स्त्री-गायिका होत्या. मला त्यांच्यावरचा कार्यक्रम बांधणे हे आव्हान स्वीकारायचं होतं.

सर्वांना ही योजना पटली. मी लगेचच अभ्यासाला सुरुवात केली. कारण 'अभ्यासोनि प्रकटावे' हे आमचे ध्येय होते. कार्यक्रम किंवा उपक्रम करताना त्याचे विविध पैलू, वैविध्य याचा अभ्यास करून मगच त्याची परिपूर्ण मांडणी करायची आणि मग कार्यक्रमातून ती चोखपणे सादर करायची.

*'अमृताची गोडी'* या शीर्षकाखाली होणाऱ्या कार्यक्रमात माणिकबाईंनी गायलेले सर्व संगीत प्रकार सादर करावेत, असं माझ्या मनात होतं. कार्यक्रमाला वेळेची मर्यादा होतीच. जुन्या-नव्या गायिकांचा या कार्यक्रमात समावेश असावा, असा आमचा विचार होता. आम्ही माणिकबाईंची गाणी ऐकण्यासाठी प्रमोद रानडेंबरोबर संजयकडे बसलो होतो, कारण तो या कार्यक्रमात व्हायोलिन वाजवणार होता. त्याने नुकतेच दोन बहिणींचं गाणं कुठेतरी ऐकलं होतं. त्याने सुचवल्यावर आम्ही त्या बहिणींची चाचणी घेतली. सर्वांनाच त्यांचं गाणं आवडलं आणि आम्ही त्यांची कार्यक्रमाकरिता निवड केली : सुचेता आणि प्राजक्ता जोशी या त्या बहिणी. या नंतर दोघीही 'सुगम'च्या बऱ्याच कार्यक्रमांमध्ये सहभागी होत राहिल्या. प्राजक्ता तर पुढे जाऊन 'TVS सारेगम' या संगीताच्या लोकप्रिय कार्यक्रमाची विजेती झाली.

या दोघींची प्रॅक्टिस सुरू झाली. त्यांना शास्त्रीय संगीताची जाण असल्यामुळे माणिकबाईंच्या गळ्यातील कलाकुसर त्यांच्या गाण्यातून उतरवणं हे त्यांच्याकडून करवून घ्यायचं होतं. त्या पण लांब राहत असूनसुद्धा नेटाने वडिलांबरोबर प्रॅक्टिसला न चुकता यायच्या. माणिकबाईंची गाणी ऐकायला सोपी, सहज वाटली तरी गायला अत्यंत अवघड! थोडक्यात, शास्त्रीय असो वा उपशास्त्रीय, भावगीत असो वा भक्तीगीत – तालमीशिवाय पर्याय नाही. माणिकबाईंच्या एकलव्य शिष्य, अभ्यासक गायिका अश्विनी टिळक, तसंच सुगम संगीताच्या गायिका अनुराधा मराठे यांच्यासह आमच्या तालमी सुरू झाल्या.

'सुगम'च्या पहिल्या वर्धापन दिनी सादर होणाऱ्या *'अमृताची गोडी'* या कार्यक्रमासाठी खास माणिकबाईंसाठी बाबूजी आणि ललिताबाई दोघंही येणार म्हटल्यावर आमचा आनंद द्विगुणित झाला. मी मुंबईत बाबूजींच्या घरी गेलो

असताना, माझ्यासाठी बाबूजींनी माणिकबाईंना फोन केला. त्यांच्या तब्येतीची विचारपूस करून, पुण्यात आपल्याला कार्यक्रमासाठी जायचं आहे असं म्हटल्यावर माणिकबाईंनीही लगेच होकार दिला.

मी आनंदाने बाबूजींच्या घरून माणिकबाईंकडे गेलो. त्यांच्यावर होणाऱ्या कार्यक्रमाची माहिती दिली. घरी त्या वेळी त्यांची दोन्ही मुली, भारती आणि राणी, हजर होत्या.

''आईला तुम्ही पुण्याला नेणार कसं?'' असं त्या दोघींनी विचारताच, मी त्यांना सांगितलं, ''अहो, हाताला धरून अगदी माझ्या आईप्रमाणे नेईन आणि बाबूजी, ललिताबाई बरोबर आहेतच.'' हे ऐकताच मुलींनी लगेच परवानगी दिली.

मुलींची परवानगी मिळताच मला खूपच आनंद झाला. आम्ही सर्वांनी जोरात तालमी सुरू केल्या. रंगीत तालमीसाठी गजाननराव वाटवे यांना आमंत्रित केलं. टिळक रोडवरील नादरूपच्या हॉलमध्ये, सुरुवातीपासून शैला मुकुंद यांच्या निवेदनासह पूर्ण कार्यक्रम सादर केला. अण्णांना कार्यक्रम खूपच आवडला. त्यांनी माझी पाठ थोपटली. काही सूचना लक्षात घेऊन, आम्ही सर्व सुगमचे कलाकार कार्यक्रमासाठी सज्ज झालो.

केव्हा एकदा सर्व दिग्गज मंडळी हा कार्यक्रम ऐकतात, अशी माझी अवस्था झाली! वर्धापनदिनाच्या पहिल्या दिवशी *'कविता पानोपानी'* हा सुधीर मोघे यांचा कार्यक्रम उत्तम तऱ्हेने पार पडला. दुसऱ्या दिवशी माणिकबाईंच्या बहुस्पर्शी गायकीचा आस्वाद घेणारा 'अमृताची गोडी' हा कार्यक्रम होता.

मी सकाळी लवकर बाबूजी, ललिताबाई आणि माणिकबाई यांना आणण्यासाठी निघालो. आषाढी एकादशी आणि प्रचंड पावसात मी बाबूजींकडे पोहोचलो. तिथून माणिकबाईंना फोन केला. त्या अगदी जवळच राहत होत्या. प्रथम त्यांना घेण्यासाठी शिवाजी मंदिरसमोरील गल्लीत मकरंद सोसायटीत गेलो. माणिकबाईंनी आपुलकीने स्वागत केलं आणि कार्यक्रमाविषयी चर्चा केली.

''तुम्ही कोणकोणती गाणी घेतली आहेत?'' त्या उत्सुकतेने विचारत होत्या. बोलता-बोलता अचानक त्यांना छातीत खूप दुखत असल्याचं जाणवलं. त्यांना अँजायनाचा त्रास होता. ''आता काय करू? दुखतंय... येऊ का नको?'' त्या म्हणाल्या.

मी क्षणभर विचारात पडलो. स्वार्थ बाजूला ठेवून, अत्यंत जड अंतःकरणाने त्यांना म्हणालो, ''आपण येऊ नका. पुढे कधीतरी तुमच्याकरिता खास हा कार्यक्रम

करू. तुम्ही आधी बऱ्या व्हा!''

त्या मंद हसल्या. नंतर त्यांनी बाबूजींना फोन करून न येण्याबद्दल सांगितलं. मग हळूच कपाट उघडून स्वतःचं लेटरहेड काढलं. माणिकबाई केवळ गायिका नव्हत्या, तर त्या वेळच्या बी.ए.देखील होत्या. त्यांनी आपल्या लेटरहेडवर 'सुगम' व कार्यक्रमाला आशीर्वाद म्हणून एक सुरेख पत्र लिहिलं.

त्यांच्याशी थोडा वेळ बोलून, नमस्कार करून मी बाहेर पडलो. मन मात्र गलबलून गेलं होतं. मनात विचार आला – घाटात जाताना धुवाधार पाऊस असेल. वाटेत काही झालं तर कुठून मदत मिळणार? हा सारासार विचार करून माझी आई डोळ्यांसमोर आणली आणि मला वाटलं, माणिकबाईंना नको म्हणणंच योग्य होतं. त्यांना काही त्रास झाला असता तर... आयुष्यभर मग ते माझ्या मनात सलत राहिलं असतं! अस्वस्थ विचारांच्या चक्रात गुरफटतच मी बाबूजींकडे पोहोचलो.

इतक्या प्रचंड पावसात मी पुण्यात कार्यक्रमाच्या आधी पोहोचू शकणार का? हा प्रश्न सतत मनात घोळत होता. पुण्याच्या सहकाऱ्यांनादेखील शंका होती, की मी मुंबईतून वेळेवर निघू शकेन का? त्यांनी बाबूजींच्या घरी फोन केला आणि मी मुंबईत असल्याचं कळताच सर्वांनी सुटकेचा निःश्वास सोडला. आता चिंता होती परतीच्या प्रवासाची.

पाऊस धो-धो कोसळत होता, पण वेळ न दवडता आम्ही बाबूजी आणि ललिताबाई यांना घेऊन पुण्याला येण्यासाठी निघालो. वाटेत पावसामुळे थांबता येईल की नाही, याचीही शाश्वती नव्हती. आषाढी एकादशीचा महत्त्वाचा दिवस असल्यामुळे ललिताबाईंनी उपवासासाठी खास पदार्थ तयार केले होते. ''हे सगळं फक्त तुमच्यासाठी – तुम्ही आणि ड्रायव्हर सतीशसाठी!'' असा त्यांचा आग्रह होता.

फराळ खाण्यासाठी प्लेट, हात पुसायला पेपर नॅपकिन... अगदी जय्यत तयारीनिशी ललिताबाई आल्या होत्या. त्यांच्या त्या मातृहृदयी प्रेमाने मला क्षणभर गहिवरून आलं. मला त्या माउलीत विठ्ठल-रखुमाईचं दर्शन झालं. त्यांनी तयार केलेला सुग्रास फराळ मी प्रसाद म्हणून आनंदाने घेतला आणि त्याला योग्य तो न्याय दिला. वाटेत चहा घेऊन, गप्पा मारत, संध्याकाळी आम्ही सुखरूप पुण्यात पोहोचलो.

सर्वांना हायसं वाटलं आणि मग रात्रीच्या कार्यक्रमाच्या तयारीला वेग आला. भरत नाट्य मंदिरात दिग्गजांच्या उपस्थितीत सुगमतर्फे *'अमृताची गोडी'* – माणिक बाईंसाठी खास रचलेला कार्यक्रम – त्यांच्या पत्राद्वारे आलेल्या आशीर्वादाने सुरू झाला.

संगीतकार राम फाटक, बाबूजी, ललिताबाई, मालती पांडे, कुमुदिनी पेडणेकर आणि गजाननराव वाटवे यांच्या उपस्थितीने संपूर्ण वातावरण भारावून गेलं. कार्यक्रमाची सुरुवात जोगकंस रागाने झाली आणि पुढे भावगीत, भक्तिगीत, चित्रपटगीत, भजन अशा विविध सुरावटींनी रंगत वाढत गेली.

बाबूजींनीच संगीतबद्ध केलेली *'बहरला पारिजात दारी'* आणि *'गळ्याची शपथ'* ही गाणी विशेष ठरली. त्याला 'वन्स मोअर' मिळाल्यावर मन अगदी आनंदाने भरून आलं – आपल्या कष्टाचं चीज झाल्याची ती खूण होती! दिग्गजांसह प्रेक्षकांनी कौतुकाची थाप दिली आणि स्वरांचा तो अपूर्व सोहळा संस्मरणीय बनला. परंतु... या स्वरसोहळ्यात माणिकबाई प्रत्यक्ष हजर नसल्याची खंत मात्र मनाच्या एका कोपऱ्यात राहून गेली... रुखरुख कुठंतरी राहिली!

काही दिवसांनी माणिकबाई पुण्यात आल्या. शनिपाराजवळ त्यांच्या घराच्या पहिल्या मजल्यावर त्यांची भेट घेतली. बाबूजींकडून कार्यक्रमाविषयी त्यांना आधीच सविस्तर समजलं होतं. पण ती गाणी प्रत्यक्ष ऐकायची तीव्र इच्छा त्यांच्या डोळ्यांत स्पष्ट दिसत होती.

मी त्यांना ठामपणे सांगितलं – ''तुमच्यासाठी खास कार्यक्रम करू!''

पण... दुर्दैवाने तो योग कधीच जुळून आला नाही!

लगेचच दिवाळीच्या नरक चतुर्दशीस माणिकबाई हे संगीतविश्व सोडून गेल्या... त्या क्षणापासून एक कायमची खंत मनात राहून गेली. त्यांचं ते सोज्वळ रूप, प्रसन्न मुद्रा समोर ठेवून अनेक कार्यक्रम झाले. परंतु त्यांच्यासाठी आम्ही जो कार्यक्रम बांधला होता, तो त्या प्रत्यक्ष पाहू शकल्या नाहीत. मात्र, त्यांनी त्याविषयी ऐकलं, कौतुक केलं, आशीर्वाद दिले – यावर समाधान मानत पुढच्या कामाला सुरुवात करावी लागली.

ज्या भरत नाट्य मंदिरात *'अमृताची गोडी'* कार्यक्रम झाला, त्याच ठिकाणी त्यांच्या स्मरणार्थ श्रद्धांजली सभेचं आयोजन झालं. बाबूजी, प्रभाकर जोग, मालती पांडे यांच्या उपस्थितीत *'गीतरामायणा'*मधील बाईंचे *'निरोप कसला माझा घेता'* हे गीत ऐकवल्यावर संपूर्ण सभागृह निःशब्द झालं. सुगमच्या कलाकारांनी त्यांच्या गाण्यांच्या माध्यमातून माणिकबाईंना भावपूर्ण श्रद्धांजली अर्पण केली. बाईंच्या कन्याही त्या वेळी उपस्थित होत्या. प्रत्येकाच्याच डोळ्यांत अश्रू होते.

काही दिवसांनी भारत गायन समाजाच्या हॉलमध्ये माणिकबाईंच्या फोटोच्या अनावरणाचा कार्यक्रम होणार होता. मी मुंबईत बाबूजींना भेटायला गेलो असता,

हा कार्यक्रम संपल्यानंतर त्यांनी रात्री लगेच एकट्याने प्रवास करू नये, असं मी त्यांना सुचवलं. ''मी सकाळी तुम्हांला डेक्कन क्वीनसाठी सोडतो, त्याप्रमाणे आधीच आरक्षणही करून ठेवतो.''

प्रथम त्यांनी नकार दिला, कारण दुसऱ्या दिवशी सकाळी त्यांना *'वीर सावरकर'* चित्रपटाच्या मीटिंगसाठी मुंबईत हजर राहायचं होतं. पण सुदैवाने, त्या वेळी श्रीधर फडकेही उपस्थित होते. त्यांनी बाबूजींना समजावलं – ''श्रीपाद म्हणतो ते बरोबर आहे. रात्री प्रवास करणं टाळावं.''

आणि मग... बाबूजी 'ठीक आहे' असं म्हणाले. तीच 'पडत्या फळाची आज्ञा' समजून मी कामाला लागलो.

काळजी वाटते म्हणून हा सगळा खटाटोप...

बाबूजी माणिक वर्मांच्या फोटो अनावरणासाठी आले होते. तो कार्यक्रम झाल्यावर, मी विनंती केल्याप्रमाणे, ते आमच्याबरोबर जेवायला आले. त्या दिवशी त्यांना भाजी-भाकरी खायची इच्छा होती. म्हणून आम्ही लेलेंच्या रसोई डायनिंग हॉलमध्ये संजय पंडित व अजित सोमण यांच्यासमवेत जेवायला गेलो. त्यांची जी दगदग सुरू होती त्यात त्यांना थोडी विश्रांती मिळावी, यासाठी हा छोटासा प्रयत्न! त्यांचं जेवण, विश्रांती झाली, त्यामुळे मलाच समाधान वाटलं.

सकाळी ठरल्याप्रमाणे, त्यांना गाडीला सोडून आलो. माझ्या विनंतीला मान दिल्याबद्दल मी त्यांचे मनःपूर्वक आभार मानले.

मुंबईत बाबूजी 'वीर सावरकर' चित्रपटाच्या निमित्ताने खूपच व्यग्र होते. वय झालं तरी जबाबदाऱ्या त्यांच्यावर तितक्याच होत्या. सतत प्रवास, धावपळ, दडपण – या सगळ्यांचा सामना करत ते चित्रपट निर्मितीच्या ध्येयपूर्तीसाठी रात्रंदिवस झटत होते.

या सगळ्या धकाधकीच्या काळात त्यांना 'गोदावरी' पुरस्कार जाहीर झाला. ही बातमी ऐकून आम्ही सर्व आनंदित झालो. त्यातच चतुरंग प्रतिष्ठानतर्फे जीवनगौरव पुरस्कारदेखील त्यांना मिळणार होता. म्हणजे अगदी दुधात साखर!

हा पुरस्कार भारताचे पंतप्रधान माननीय अटल बिहारी वाजपेयी यांच्या हस्ते प्रदान होणार होता. विशेष म्हणजे, या सोहळ्याला क्रिकेटसम्राट सुनील गावस्कर यांची प्रमुख उपस्थिती असणार होती. बाबूजींवर भव्य कार्यक्रम होणार, हे निश्चितच होतं. त्यामुळे या महत्त्वाच्या सोहळ्यात कार्यक्रम सादर करण्यासाठी सर्व जण प्रयत्नशील होते.

बाबूजींच्या ७५व्या वाढदिवसानिमित्त मी त्यांच्यासाठी *'तुझे गीत गाण्यासाठी'* हा जो विशेष कार्यक्रम बांधला होता, तो नुकताच पार पडला असल्याने त्याला अधिक महत्त्व प्राप्त झालं होतं. पण त्यांना या संधीबद्दल कसं विचारायचं, हा प्रश्न होता. मला संकोच वाटत होता.

अखेर देववाणी झाली...

बाबूजींनीच ती जबाबदारी प्रेमाने, विश्वासाने आमच्यावर सोपवली! ''माझ्यासाठी बांधलेला सर्वांत उत्तम कार्यक्रम म्हणजे 'तुझे गीत गाण्यासाठी!'' – खुद्द बाबूजींच्या या शब्दांनीच सर्व प्रश्न मिटले. माझ्या आनंदाला पारावर उरला नाही.

चतुरंगच्या मंडळींनीही आमच्याशी संपर्क साधला. बाबूजींचं प्रशस्तीपत्रक न मागताच मिळालेली ही संधी उत्साहवर्धकच होती. जबाबदारी मोठी होती; पण आमचा आत्मविश्वास उंचावला होता. आम्ही आधीच कार्यक्रम मनापासून करत होतो; आता तो अधिक उत्तम करण्यासाठी प्रयत्न सुरू झाले.

काही रिहर्सल आमच्यावर प्रेम करणाऱ्या सुप्रसिद्ध अरेंजर शामराव कांबळे यांनी घेतल्या. सुधीर मोघे यांनी कार्यक्रमाच्या सुरुवातीपासून शेवटपर्यंत खूप मदत केली.

२१ डिसेंबर १९९६ – रंगभवन येथे बाबूजींना पंतप्रधान माननीय अटल बिहारी वाजपेयी यांच्या हस्ते जीवनगौरव पुरस्कार प्रदान करण्यात आला. सुनील गावस्कर, ललिताबाई, यशवंत देव यांसारखी अनेक दिग्गज मंडळी उपस्थित होती.

उत्तरार्धात सुगमच्या कलाकारांनी *'तुझे गीत गाण्यासाठी'* हा कार्यक्रम सादर केला. मी बाबूजींसाठी बांधलेल्या कार्यक्रमाचं सार्थक झालं... त्यांना तो आवडला, त्यांचा विश्वास आणि प्रेम मिळालं...

या सुवर्ण क्षणाद्वारे आम्ही बाबूजींना गुरुदक्षिणा अर्पण केली, असं मला मनोमन वाटलं!

## गीतरामायण : एक सुगम वेध

*'तुझे गीत गाण्यासाठी'* आणि *'अमृताची गोडी'* या दोन्ही कार्यक्रमांच्या यशानंतर गीतरामायण सादर करण्याचे वेध आम्हांला लागले आणि आम्ही ते सादर करण्याचे शिवधनुष्य पेललेदेखील! गीतरामायण सादर करताना दोन संकल्पना मनात आकार घेत गेल्या :

पहिली संकल्पना अशी की, सुगमच्या कलाकारांना घेऊन रंगमंचावरून गीतरामायणाचा एक समग्र, पण अभ्यासपूर्ण आढावा घ्यायचा; आणि दुसरी, अधिक खोलवर जाणारी संकल्पना अशी होती की, गीतरामायणातील विविध रस – जसे की वीररस, शृंगाररस, करुणरस इत्यादी – तसेच रामायणातील प्रमुख व्यक्तिरेखा समोर ठेवून, त्या-त्या भूमिकेत शिरून, जणू गावात एखादी गोष्ट सांगावी तशी, श्रीराम, सीता, लक्ष्मण, शबरी, शूर्पणखा, कुंभकर्ण, सुग्रीव, हनुमंत अशा पात्रांवर चर्चा करत, काही मूळ ट्रॅक्स वाजवत, एक आखीवरेखीव, सौंदर्यपूर्ण सादरीकरण घडवायचे.

हा विचार मनाशी धरून, त्याविषयी थोडेसे महत्त्वाचे लिखाण करून, परवानगी आणि आशीर्वाद घेण्यासाठी मी बाबूजींच्या घरी, मुंबईला पोहोचलो. सुरुवातीला त्यांनी सांगितले की, ''यासाठी कवी म्हणून माडगूळकरांची परवानगी आवश्यक आहे. मी कशी मान्यता देऊ?''

त्यावर मी त्यांना विनम्रपणे म्हणालो, ''माडगूळकर दुर्दैवाने आज आपल्यात नाहीत. त्यामुळे आपणच परवानगी आणि आशीर्वाद द्यावेत. तुम्ही 'हे करू नकोस' असं म्हटलं, तर मी हा उपक्रम करणारच नाही.''

बाबूजींनी थोडा वेळ विचार केला. मी जे लिहून आणलं होतं ते त्यांनी शांतपणे वाचलं आणि मग म्हणाले, ''तुम्ही हा कार्यक्रम करायला हरकत नाही.''

कदाचित, याआधी सुगमच्या माध्यमातून आम्ही त्यांच्या संगीतावर आधारित आणि एकूणच जे काही सांगीतिक काम केले होते, त्याच्या अनुभवावरून त्यांना आमच्यावर विश्वास वाटला असावा.

खुद्द बाबूजीच एकदा म्हणाले होते, ''गीतरामायण फार अवघड आहे. ते शास्त्रीय सुगम संगीत आहे. त्याचा अभ्यास अत्यंत डोळसपणे केला पाहिजे. सुगम संगीताच्या दृष्टीने यात खूप शिकण्यासारखे आहे. खरंतर, ते एक पाठ्यपुस्तक आहे, असं म्हटलं तरी चालेल.''

गीतरामायणावर चर्चा करताना मी बाबूजींना विचारले की, त्यांना सर्वांत अधिक कोणते गीत भावते. ते म्हणाले, ''सगळीच गाणी मला आवडतात.'' पण *'लिनते चारुते सीते'* या गीताबद्दल ते विशेष भरभरून बोलले. अर्थातच, त्या गीताची उंचीच तशी आहे. मलाही ते मनोमन पूर्णपणे पटले.

बाबूजींचा आशीर्वाद आणि पाठिंबा मिळाल्यानंतर, मी आणि सुगमचे सर्व सहकारी गीतरामायणाचा सखोल अभ्यास करू लागलो. मनात संपूर्ण

गीतरामायणाची एक प्रतिमा होती; पण ती प्रत्यक्षात आणण्यासाठी चिंतन, ध्यास, कठोर परिश्रम आणि सातत्यपूर्ण तालमी यांची नितांत गरज होती.

कालांतराने *'गीतरामायण : एक सुगम वेध'* हा उपक्रम साकार झाला. अजित सोमण, संजय पंडित, प्राजक्ता जोशी, अनुराधा मराठे, मी स्वतः आणि माझे गुरुबंधू शेखर कुंभोजकर – आम्ही सर्वांनी मिळून, बाबूजींना स्मरून, अतिशय मर्यादित वाद्यवृंदात – पेटी, व्हायोलिन, साइड रिदम आणि तबला – यांच्या साथीत हा कार्यक्रम सादर केला.

या सादरीकरणात निवेदनाची जबाबदारी शुभदा सुधीर मोघे यांनी अत्यंत समर्थपणे सांभाळली. संपूर्ण संहिता सुधीर मोघे यांची होती. रंगीत तालमीपासून ते अंतिम कार्यक्रमापर्यंत त्यांनी मोलाचे सहकार्य दिले. हा रंगमंचीय आविष्कार ५६ गीतांच्या स्पर्शासह, १९९७मध्ये सुगमच्या दुसऱ्या वर्धापन दिनी, डॉ. प्रभा अत्रे यांच्या उपस्थितीत सादर करण्यात आला. गीतरामायणाची उंची किती विलक्षण आणि अद्वितीय आहे, हे त्यांनी विशेषत्वाने नमूद केले आणि आमच्या प्रयत्नांचे तसेच सादरीकरणाचे मनापासून कौतुक केले.

याच कौतुकातून आणि प्रेरणेतून पुढचा उपक्रम आकाराला आला – *'गीतरामायण : एक रसास्वाद'*. या कार्यक्रमात बाबूजींनी स्वतः गायलेले, विविध रसांनी नटलेले गाण्यांचे ट्रॅक्स ऐकवले गेले. त्याबद्दल मध्येमध्ये विवेचन करून त्या-त्या रसांशी सुसंगत अशी काही गाणी सुगमच्या कलाकारांनी सादर केली.

या दोन्ही उपक्रमांना रसिकांचा उत्स्फूर्त प्रतिसाद लाभला. सुगम आणि श्रोते यांच्यातील नातं अधिक घट्ट होत गेलं – आणि गीतरामायणाच्या या वेधाने आमच्या संगीतमय प्रवासाला एक नवं, अर्थपूर्ण वळण मिळालं.

## 'सुगम'चे संगीत क्षेत्रातले विविधरंगी कार्यक्रम आणि उपक्रम

सुगमची सुरुवात ठरल्याप्रमाणे अत्यंत दिमाखात झाली. त्यानंतरच्या काळात सादर झालेले विविध कार्यक्रम, साजरे झालेले वर्धापनदिन, तसेच त्या निमित्ताने घडलेले सुगमचे रंगमंचीय आविष्कार आणि विशेष कलाकारांचे कार्यक्रम – या सर्वांचा तपशील पुढे थोडक्यात विशद करतो.

## मोहाची फुले (१९९८)

सुगमच्या तिसऱ्या वर्धापनदिनानिमित्त संजयने एक अतिशय चांगली, आशयपूर्ण आणि श्रवणीय कल्पना सुचवली. अवीट गोडी असलेल्या जुन्या गीतांचा एक विशेष कार्यक्रम सादर करावा, असा तो विचार होता, आणि त्यातूनच *'मोहाची फुले'* हा कार्यक्रम आकाराला आला. या कार्यक्रमातील निवडलेली गाणी स्त्री-गायिकांनी सादर केली. रेडिओवरून अजरामर झालेल्या त्या गीतांचे प्रतिबिंब या सादरीकरणात उमटले. भावभावना, नाजूक स्पर्श आणि संगीतातील सहजसुंदर अभिव्यक्ती यांचे जिवंत दर्शन घडवणारा हा कार्यक्रम होता.

अर्थातच, सुगमच्या वर्धापनदिनाच्या निमित्ताने सादर झालेला *'मोहाची फुले'* हा कार्यक्रम रसिकांच्या स्मरणात ठसठशीतपणे राहिला. त्या जुन्या गीतांत दडलेले भावनिक तरंग, हळुवार स्पंदने आणि मनाला भिडणारी गोडी यात होती. रसिकांनी मोहाच्या फुलांसारख्या मोहक गीतांमधून त्या संध्याकाळचा मनसोक्त आनंद घेतला.

## ऋतुरंग (१९९९)

सुगमच्या चौथ्या वर्धापनदिनाच्या निमित्ताने संजयने एक अत्यंत सुंदर आणि कल्पक कार्यक्रम सुचवला. विविध ऋतूंवर आधारलेली सुगम, शास्त्रीय तसेच उपशास्त्रीय गीते यांचा समावेश असलेला कार्यक्रम *'ऋतुरंग'*. हा कार्यक्रम सुगमच्या कलाकारांनी सादर केला. पंडित विजय सरदेशमुख, डॉ. माधुरी जोशी व अश्विनी टिळक या गायकांचा यामध्ये विशेष सहभाग होता. या कार्यक्रमाचे निवेदन संवेदनशील कवयित्री आसावरी काकडे यांनी सुंदर कविता गुंफत केले. या आगळ्यावेगळ्या सादरीकरणात निसर्गातील सर्व रंग, बदलते भाव आणि ऋतूंची चैतन्यपूर्ण अनुभूती श्रोत्यांना आली. स्वरांच्या माध्यमातून ऋतू जणू रंगमंचावर अवतरले होते!

## उत्सव स्वरांचा

सुगमच्या पाचव्या वर्धापनदिनाच्या निमित्ताने एक विशेष सुगम संगीत मैफील आयोजित करण्यात आली. या कार्यक्रमात श्रीधर फडके, रवींद्र साठे आणि रंजना जोगळेकर हे मान्यवर कलाकार सहभागी झाले होते. नव्या आणि जुन्या गीतांच्या सुरेल सादरीकरणामुळे ही मैफील हळूहळू रंगत गेली आणि रसिकांनी ती मनापासून अनुभवली.

## देव गाणी

सुगमच्या सहाव्या वर्धापनदिनानिमित्त संगीतकार यशवंत देव यांच्या गीतांवर आधारित एक विशेष कार्यक्रम सुगमच्या कलाकारांनी सादर केला. या कार्यक्रमासाठी यशवंत देव आणि करुणा देव स्वतः आवर्जून उपस्थित राहिले, ही आमच्यासाठी विशेष आनंदाची बाब होती. युवा कलाकार राहुल देशपांडे याचा सहभाग या कार्यक्रमाचे खास आकर्षण होते.

## नवे सूर, नवे तराणे

आठव्या वर्धापनदिनी सुगमने युवा संगीतकार शशांक पोवार यांच्या नव्या रचनांचा आविष्कार सादर केला. कोल्हापूरच्या या प्रतिभावान संगीतकाराने नव्या गायकांच्या साथीने आणि त्यांच्या वाद्यवृंदासह भरत नाट्य मंदिरात अत्यंत सुंदर कार्यक्रम सादर केला. भरगच्च श्रोत्यांच्या उपस्थितीत हा कार्यक्रम विशेष गाजला.

## तरुणाई (२००१)

सुरुवातीपासूनच कार्यक्रम आणि उपक्रमांमध्ये आम्ही नेहमी पुढे असायचो आणि ते अगदी स्वाभाविकच होते. काही काळानंतर चैतन्य कुंटे, सुयोग कुंडलकर (डॉ. अरविंद थत्ते यांचे शिष्य), तसेच सुचेता आणि प्राजक्ता जोशी यांसारखी तरुण कलाकार मंडळी आमच्या कामात सक्रियपणे सहभागी होऊ लागली. २००१मध्ये संजयने *'तरुणाई'* ही अतिशय सुंदर, योग्य आणि सुगमसाठी अत्यंत महत्त्वाची कल्पना मांडली. आपल्या तरुण कलाकारांनी वर्षभर कार्यक्रम सादर करायचे, त्यांना पुढे आणायचे, आणि आम्ही त्यांच्या पाठीशी उभे राहायचे – असा या उपक्रमाचा मूलमंत्र होता.

*'तरुणाई'*ची सुरुवातच एका शुभ संकेताने झाली. सुगममधील कलाकार प्राजक्ता जोशी हिची टीव्हीएस सारेगामा स्पर्धेच्या मेगा फायनलमध्ये विजेती म्हणून निवड झाली. त्यामुळे 'तरुणाई'ची खास सुरुवात प्राजक्ताच्या विशेष सत्काराने आणि मुलाखतीने झाली. 'तरुणाई'ने वर्षभरात सहा पुष्पे गुंफली. पहिले पुष्प शास्त्रीय गायनाला अर्पण करण्यात आले. पुष्कर लेले, रुचिरा काळे आणि सानिया कुलकर्णी यांनी उत्तम बंदिशी सादर करून श्रोत्यांना मंत्रमुग्ध केले.

कंठसंगीतानंतर दुसरे पुष्प नवसंगीतकारांचे होते. कौशल इनामदार, डॉ. सलील कुलकर्णी आणि नरेंद्र भिडे यांनी त्यांच्या सुंदर रचना रसिकांसमोर

सादर केल्या. उत्स्फूर्त दाद आणि टाळ्यांच्या गजरात हे पुष्प फुलले.

तिसरे पुष्प वाद्यवादकांचे होते. तबलावादक निखिल फाटक, बासरीवादक सुनील अवचट आणि हार्मोनियमवादक सुयोग कुंडलकर यांनी आपल्या वादनातून वाद्यांची महती सिद्ध केली आणि श्रोत्यांचे कान तृप्त केले.

चौथे पुष्प नृत्यकलेला वाहिले गेले. लीना केतकर, शर्वरी जमेनीस आणि परिमल फडके यांनी भावमुद्रा आणि पदलालित्याच्या माध्यमातून आपली कला सादर केली. रसिक या नृत्य सादरीकरणावर अगदी मोहित होऊन गेले.

पाचवे पुष्प संगीत अध्यापन / प्रबोधनाचे होते. संगीत ऐकणे आणि त्याचा अभ्यास करणे हाही रियाजाचाच एक भाग आहे, हा विचार या सत्रात प्रभावीपणे मांडण्यात आला. समीर दुबळे, नितीन अमिन आणि शेखर कुंभोजकर यांनी मार्गदर्शन केले. श्रोत्यांचे प्रबोधन झालेच; शिवाय, संगीत आत्मसात करून त्याचा आनंद कसा घ्यावा हे सांगणारी योग्य दिशा या निमित्ताने मिळाली.

'तरुणाई'ची सांगता सुगम संगीतातून झाली. अजित परब, शिल्पा पै आणि घरचा कलाकार प्राजक्ता जोशी या कलाकारांनी मैफील रंगवली. विविधतेने नटलेली, आशयपूर्ण आणि प्रेरणादायी अशी *'तरुणाई २००१'* यशस्वीपणे संपन्न झाली. सहभागी सर्व कलाकारांचा स्मृतिचिन्ह देऊन सन्मान करण्यात आला.

## विख्यात कलाकारांची मैफील

### भैरव रागविलास

१९९६मध्ये संजयच्या मनात सकाळच्या रागांविषयी काहीतरी करू या हा विचार चालू असताना 'भैरव'चे विविध प्रकार सादर करायचे ठरवले. सकाळच्या प्रसन्न वातावरणात भैरवचे सुंदर प्रकार रसिकांना विजय कोपरकर यांच्याकडून ऐकायला मिळाले. विजय कोपरकरांना पंडित जितेंद्र अभिषेकी आणि डॉ. वसंतराव देशपांडे यांचे मार्गदर्शन लाभल्याने त्यांच्या गायनात एक वेगळी झळाळी आहे. त्यांना तबल्याची साथ संजयने तर हार्मोनियमची साथ अरविंद थत्ते यांनी केली होती. ही सर्व मित्रमंडळी असल्याने मैफील जमून आली आणि लक्षातही राहिली.

## संगीतातील भावसौंदर्य : डॉ. प्रभा अत्रे

सुगमच्या १९९७च्या द्वितीय वर्धापन समारंभात दुसऱ्या दिवशी एक अत्यंत अविस्मरणीय संगीत-अनुभव रसिकांना लाभला. त्या दिवशी डॉ. प्रभा अत्रे यांनी आपल्या शिष्यवर्गासह *'संगीतातील भावसौंदर्य'* हा विशेष कार्यक्रम सादर केला. संजय पंडितने या कार्यक्रमाला अनुरूप तबला साथ केली. प्रभाताईंचे चिंतनशील विचार आणि त्यासोबतचे रसपूर्ण गायन – हा अपूर्व आणि दुर्मीळ योग होता.

सुगमच्या प्राध्यापक अजित सोमण आणि डॉ. अरविंद थत्ते यांनी प्रभाताईंशी संवाद साधत कार्यक्रम अधिक समृद्ध केला. अशा स्वरूपाचे कार्यक्रम क्वचितच घडतात, आणि एकदा अनुभवले की कायम स्मरणात राहतात.

या कार्यक्रमानंतर डॉ. प्रभा अत्रे आणि सुगम यांचे नाते अधिक दृढ झाले. आमचे कार्य, त्यामागील प्रामाणिकता, तसेच त्यात दिसणारी शिस्त आणि गुणवत्ता पाहून प्रभाताई विशेषतः प्रभावित झाल्या. याच भावनेतून त्यांनी आपल्या भगिनी, गुणवान गायिका डॉ. उषा अत्रे-वाघ यांच्या स्मरणार्थ दरवर्षी सुगमतर्फे एक स्मृती पुरस्कार देण्याची इच्छा व्यक्त केली.

हा प्रस्ताव आमच्यासाठी सन्मानाची गोष्ट असल्याने आम्ही तत्काळ आनंदाने होकार दिला. त्यामुळे १९९८पासून उषा अत्रे-वाघ स्मृती पुरस्कार देण्याची परंपरा सुरू झाली. हा पुरस्कार स्वतः प्रभाताईंनी पुरस्कृत केला होता आणि तो दरवर्षी अभ्यासू, आश्वासक आणि गुणवत्तापूर्ण गायक कलाकाराला प्रदान करण्यात येत असे. ही परंपरा केवळ पुरस्कारापुरती मर्यादित नव्हती; तर सुगमच्या संगीतदृष्टीची, मूल्यांची आणि पुढील पिढीला प्रेरणा देण्याच्या संकल्पनेची ती एक सशक्त अभिव्यक्ती होती.

## पलुस्कर घराणे : एक तेजस्वी परंपरा

१९९९मध्ये पंडित शंकरराव बोडस यांच्या जन्मशताब्दीच्या निमित्ताने सुगमतर्फे एक विशेष कार्यक्रम आयोजित करण्यात आला. हा कार्यक्रम डॉ. वीणा सहस्रबुद्धे यांनी सादर केला आणि तो अनेक अर्थांनी संस्मरणीय ठरला.

डॉ. वीणाताई या अत्यंत बुद्धिमान, संवेदनशील आणि अभ्यासू गायिका होत्या. त्यांच्या घरी लहानपणापासूनच अनेक ज्येष्ठ, बुजुर्ग कलावंतांचा वावर असे. त्या समृद्ध सांगीतिक वातावरणातूनच त्यांचे संस्कार घडले आणि त्यातूनच त्यांची कलात्मक प्रगल्भता विकसित झाली.

त्यांचे अभ्यासपूर्ण विचार, विषयाची खोल समज, आणि त्यासोबतचे कसदार गायन – या साऱ्यांच्या बळावर त्यांनी कार्यक्रमाला वेगळीच उंची प्राप्त करून दिली. संजय पंडित व डॉ. अरविंद थत्ते यांनी कार्यक्रमात वीणाताईंशी संवाद साधला. वीणाताईंच्या बोलण्यातली सहजता, संवाद साधण्याची हातोटी, आणि रसिकांशी निर्माण होणारा भावबंध कार्यक्रम अधिकच जिवंत करत होता. समरस होऊन गायन करताना त्यांनी स्वतः तबला वाजवत काही बंदिशी सादर केल्या, हा अनुभव रसिकांसाठी विलक्षण आणि थक्क करणारा होता! गायन, लय आणि विचार यांचा असा त्रिवेणी संगम क्वचितच अनुभवायला मिळतो.

सुगमसाठी त्यांनी सादर केलेला हा कार्यक्रम केवळ एक मैफील नव्हती, तर एक अमूल्य सांगीतिक ठेवा होता! हे सोनेरी क्षण आम्ही मनोमन जपून ठेवले आहेत आणि ते सदैव आमच्या स्मरणात राहतील.

## साज संवेदना

सुगमच्या चतुर्थ वर्धापनदिनाच्या निमित्ताने आयोजित कार्यक्रमांच्या दुसऱ्या दिवशी, भरत नाट्य मंदिरात *‘साज संवेदना’* हा खास हार्मोनियमवादनाचा कार्यक्रम डॉ. अरविंद थत्ते यांनी सादर केला. हा कार्यक्रम केवळ एक वादनप्रयोग नव्हता; तर हार्मोनियमच्या माध्यमातून व्यक्त झालेली एक गहन अनुभूती होती.

आम्ही सर्व जण एकेरीतले असल्यामुळे अरविंदला अत्यंत जवळून अनुभवण्याची संधी मिळाली. तो खऱ्या अर्थाने एक स्वयंभू कलाकार आहे. त्याचे हार्मोनियमवादन, त्यामागची विचारशक्ती, लयतत्व आणि कलात्मक दृष्टी – हे सगळे मिळून जणू एक स्वतंत्र विद्यापीठच आहे.

*‘साज संवेदना’* हा कार्यक्रम त्याच्या व्यक्तिमत्त्वाला आणि कलासाधनेला पूर्णपणे साजेसा होता, आणि तो त्याने खास सुगमसाठी दिला, ही आमच्यासाठी अभिमानाची बाब होती. या कार्यक्रमात तबल्याची अत्यंत संवेदनशील साथ रामदास पळसुले यांनी केली.

‘चैत्रबन’सारख्या साध्या सुरुवातीपासून इतक्या उच्च पातळीपर्यंत पोहोचलेला, आणि तरीही कायम विनम्र राहिलेला – असा अरविंद हा एकमेव कलासाधक मला वाटतो. त्याची साधना ऋषितुल्य आहे, आणि त्याचं व्यक्तिमत्त्व मनस्वी कलावंताचं उत्तम उदाहरण आहे.

कधीकधी मनात खंत दाटून येते की, या गुणी, तपस्वी कलाकाराचं जेवढं

चीज व्हायला हवं होतं, तेवढं झालं नाही. 'साज संवेदना' ही केवळ एक मैफील नव्हती; ती अरविंद थत्ते यांच्या अंतर्मुख साधनेची, त्यांच्या संवेदनशीलतेची, आणि त्यांच्या कलाविचारांची सजीव साक्ष होती. ही अनुभूती खरोखरच वेगळी, खोल आणि दीर्घ काळ मनात रेंगाळणारी आहे, असं मला तीव्रतेने जाणवतं.

## शास्त्रीय संगीतातील एक अविस्मरणीय संध्या : सौ. मालिनीताई राजूरकर

सुगमच्या सातव्या वर्धापनदिनाच्या निमित्ताने आयोजित करण्यात आलेली विशेष शास्त्रीय संगीत मैफील सर्वांच्या आवडत्या गायिका डॉ. मालिनी राजूरकर यांनी सादर केली. पंडित रातंजनकर यांच्या अभ्यासपूर्ण आणि तरीही रसिकप्रिय अशा बंदिशी सादर करणे हा विषय त्यांनी निवडला होता.

बंदिशींच्या संदर्भात केलेलं सूक्ष्म विवेचन आणि त्यासोबत मालिनीताईंचं दमदार, प्रगल्भ गायन – या दुर्मीळ संगमामुळे गरवारे सभागृह अक्षरशः भारून गेलं होतं. मालिनीताईंचं गायन ऐकताना जणू एखाद्या मंदिरात प्रवेश केल्यासारखी प्रसन्नता मनात पसरते. मैफिलीत जे सहसा ऐकायला मिळत नाही, ते त्यांनी या कार्यक्रमात सहजतेने आणि आत्मीयतेने मांडलं; त्यामुळे श्रोते मंत्रमुग्ध झाले, भारावून गेले आणि आनंदात न्हाऊन निघाले!

या अविस्मरणीय संध्येस आणखी एक महत्त्वाचा क्षण लाभला... सुगमचा नवीन लोगो या प्रसंगी मालिनीताईंच्या हस्ते अधिकृतपणे कार्यान्वित करण्यात आला. संजयने या लोगोमागील संकल्पना थोडक्यात, पण प्रभावीपणे श्रोत्यांपर्यंत पोहोचवली.

अखेरीस भैरवीच्या सुरांत या सुंदर, समाधानकारक आणि भावपूर्ण कार्यक्रमाची सांगता झाली. सुगमच्या वाटचालीतील हा सातवा वर्धापनदिन शास्त्रीय संगीतातील एका पवित्र अनुभूतीसारखा कायम स्मरणात राहिला.

# स्नेहसदनमधील सांगीतिक उपक्रम

सुगमच्या कलाकारांचे कार्यक्रम रंगमंचावरून सादर होत असतानाच विशेष कलाकारांच्या मैफिलीही रसिकांच्या मनात घर करून जात होत्या. मात्र,

त्याचबरोबर दर महिन्याला नियमितपणे स्नेहसदनमध्ये होणारे सांगीतिक उपक्रमही तितक्याच जोमाने सुरू होते. आता त्या उपक्रमांविषयी थोडक्यात सांगणं आवश्यक वाटतं; कारण त्यातील विषयवैविध्य, सखोल अभ्यास आणि दर्जेदार सादरीकरण हे सुगमसाठी नेहमीच अभिमानास्पद राहिलं आहे.

जुलै १९९५पासून संगीत क्षेत्रात निष्ठेने कार्यरत असलेली 'सुगम' ही एक रसिकप्रिय संस्था आहे. संगीताचा प्रसार करताना ते सर्वसामान्य श्रोत्यांसाठी सुगम व्हावे, या उद्देशाने अभ्यासक आणि रसिक यांच्या प्रबोधनासाठी अनेक प्रकारचे उपक्रम संस्थेने सातत्याने सादर केले. हे उपक्रम अभ्यासकांसाठी जितके मोलाचे ठरले, तितकेच श्रोत्यांसाठीही समृद्ध करणारे ठरले.

जानेवारी १९९६पासून दर महिन्याला एक याप्रमाणे स्नेहसदन येथे पन्नासहून अधिक सांगीतिक उपक्रम सादर करण्यात आले. संगीतविश्वाने या सर्व उपक्रमांचे भरभरून स्वागत केले. 'अभ्यासोनि प्रकटावे' हेच आमचे ध्येय होते. सुरुवातीला मी उल्लेख केला त्याप्रमाणे भावसंगीताचा श्रीगणेशा काव्यगायक गजाननराव वाटवे आणि सुप्रसिद्ध गायिका मालती पांडे यांनी 'मर्मबंधातली ठेव' या उपक्रमातून केला.

'गीतरामायण : अनेक रसास्वाद' या कार्यक्रमात विविध रसांची निष्पत्ती दर्शवणारे मूळ ट्रॅक्स आणि त्यावर आधारित गायन सुगमच्या कलाकारांनी सादर केले. या उपक्रमाविषयी मी आधी सविस्तर लिहिले आहेच.

## सुगम संगीत : एक प्रकट चिंतन

कवी - संगीतकार यशवंत देव यांच्याशी संवाद साधणारा *'सुगम संगीत : एक प्रकट चिंतन'* हा उपक्रम माझ्या मनात फार पूर्वीपासून होता. थेट देवकाकांशी संपर्क साधला आणि ही संकल्पना मांडली. त्यांनाही ती अत्यंत भावली. थोड्या संकोचाने मी त्यांना सुगम संगीतातील काही प्रश्न पाठवण्याची परवानगी मागितली; देवकाका खूपच मनमोकळे असल्याने सगळे सहज घडत गेले. या उपक्रमाद्वारे मला मंचावरून त्यांच्याशी सहजतेने संवाद साधता आला. त्यांच्या प्रवेशापासूनच कार्यक्रम रंगत गेला तो शेवटपर्यंत! हे दर महिन्याचे नवीन विषय, नव्या कल्पना सादर होऊ लागले आणि आमच्यात आत्मविश्वास निर्माण होत गेला.

यानंतर संजय पंडित यांनी 'भावसंगीतातील लय-ताल विचार' हा विषय अत्यंत प्रभावीपणे मांडला. हा विचार, हे तत्त्व सुगम संगीत गायकांनी विचारपूर्वक आत्मसात करणे आवश्यक आहे.

## ज्येष्ठ आणि समकालीन अशा दोन्ही कलावंतांचा सहभाग

जुन्या पिढीतील कसदार गायिका कुमुदिनी पेडणेकर यांनी *'कळीदार कपूरी पान'* या उपक्रमात आपले विचार आणि गायन अत्यंत स्पष्ट, प्रामाणिक पद्धतीने मनःपूर्वक मांडले. गाणे भावपूर्णपणे कसे सादर करावे, याचे उत्तम धडे त्यांच्याकडून मिळाले. सुगम संगीतासाठी ते फार आवश्यक आहे. त्यांना साथ होती ती त्यांची कन्या अमृता सातभाई यांची. आमच्याच सुगममधील ज्येष्ठ गायिका अनुराधा मराठे यांनी *'माझे गाणे'* या अंतर्गत आपले अनुभव मांडले आणि गायन केले.

## मराठी भावसंगीतातील बदलते प्रवाह

हा पंचविसावा उपक्रम दोन सत्रांत झाला. दोन पिढ्यांतील कवी -संगीतकारांनी आपले विचार मांडले. पहिल्या दिवशी यशवंत देव आणि प्रभाकर जोग, तर दुसऱ्या दिवशी आनंद मोडक आणि सुधीर मोघे या विषयावर आपले अभ्यासपूर्ण विचार मांडायला उपस्थित होते. या उपक्रमामुळे सुगमला अपार समाधान आणि आनंद लाभला आणि रौप्य महोत्सवी उपक्रम उत्तम रीतीने संपन्न झाला.

## विशेष विषयाधारित उपक्रम

- **समिधा** हा स्वातंत्र्यवीर सावरकर यांच्या चरित्रावर आधारित गीतांचा कार्यक्रम होता. या गीतांचे शब्द आमच्यावर प्रेम करणाऱ्या कवी वासुदेव फाटक यांचे होते आणि संगीत गजाननराव वाटवे यांचे होते. सुगमच्या कलाकारांनी हा कार्यक्रम अत्यंत प्रभावीपणे सादर केला.
- **मंथन** या उपक्रमात उपेंद्र भट यांनी आपले विचार मांडले आणि गायन केले. उपेंद्रबरोबर अनेक कार्यक्रम आणि दौरे केले असल्याने तो एक प्रामाणिक, धडपड्या आणि संवेदनशील कलाकार आहे, हे मला जवळून उमगले.
- **मला उमजलेले शब्दसंगीत** हा कार्यक्रम मी माझ्या अनुभवावर विचार व्यक्त करत आणि गाऊन सादर केला.
- **बाबूजींना मानवंदना** : सुधीर फडके यांच्या ८१व्या वर्षात पदार्पणानिमित्त सुगमने माहितीपूर्ण आणि श्राव्य कार्यक्रमाद्वारे त्यांना मानवंदना दिली. संजयने आणि मी या कार्यक्रमाचे सादरीकरण व अभिवाचन केले. हा त्यांच्या जीवनपटावरील अत्यंत विशेष कार्यक्रम ठरला.

## सुवर्ण महोत्सव : नवीन उपक्रमांचा

सुगमच्या या नवीन उपक्रमांच्या सुवर्ण महोत्सवी कार्यक्रमाचे (पन्नासाव्या) आयोजन दिमाखात करण्यात आले. या निमित्त पहिल्या दिवशी श्रीधर फडके यांचे बहुरंगी गायन झाले आणि त्यांच्या सांगीतिक कारकिर्दीचा वेध घेता आला. या कार्यक्रमासाठी संवादक मी आणि अजित सोमण होतो. दुसऱ्या दिवशी *'नाच रे मोरा'* हा बालगीतांवर आधारित कार्यक्रम हेमा लेले आणि सलील कुलकर्णी यांनी सादर केला.

इतक्या अभ्यासपूर्ण, वैचारिक आणि दर्जेदार उपक्रमांचा सुवर्ण महोत्सव साजरा करणे – हे सुगमसाठीच नव्हे, तर संपूर्ण संगीत चळवळीसाठी एक मोठे यश आहे, असे मला मनापासून वाटते.

### विविध वाद्ये : माहिती, परंपरा आणि वादनशैली

सुगमच्या सांगीतिक उपक्रमांतर्गत विविध वाद्यांची ओळख, त्यांचा इतिहास, रचना आणि वादनशैली यांचा अभ्यासपूर्ण वेध घेणारे कार्यक्रम विशेष लक्षवेधी ठरले. प्रत्येक वाद्य केवळ ऐकण्याचा अनुभव न राहता त्यामागील विचार, परंपरा आणि साधना यांची जाणीव करून देणारे हे उपक्रम होते.

### हार्मोनियम : एक प्रकट चिंतन

डॉ. अरविंद थत्ते यांनी हार्मोनियमविषयी आपले सखोल विचार मांडत अत्यंत सुंदर वादन केले. हार्मोनियम हे केवळ संगीतवाद्य न राहता स्वतंत्र अभिव्यक्तीचे माध्यम कसे ठरू शकते, हे त्यांनी आपल्या वादनातून आणि विवेचनातून ठसवले.

### वंशी नाद नटी : बासरी

बासरीविषयी माहिती आणि वादन प्रा. अजित सोमण यांनी केले. देश-विदेशांतून आणलेल्या विविध बासऱ्या, त्यांचे स्वर आणि नाद ऐकताना रसिक अक्षरशः हरवून गेले. सोमण सर केवळ सुगमचे अध्यक्ष नव्हते, तर अनेक विषयांचे जाणकार होते. म्हणूनच, रामभाऊ फाटक त्यांना प्रेमाने 'संत सोमण' म्हणायचे.

## तरल भावस्पर्शी संतूर

पंडित शिवकुमार शर्मा यांचे ज्येष्ठ शिष्य धनंजय दैठणकर यांनी संतूर या वाद्याविषयी सखोल माहिती दिली आणि अप्रतिम वादन केले. त्यांच्या हातून उमटणारे स्वर आणि त्यामागील शास्त्रीय बैठक रसिकांच्या मनावर खोल ठसा उमटवून गेली.

## व्हायोलिनचे अंतरंग

या पाश्चात्त्य वाद्याचे अंतरंग उलगडून दाखवले रमाकांत परांजपे यांनी. मंगेशकर कुटुंबापासून ते अनेक दिग्गज कलाकारांपर्यंत सर्वांचेच ते अत्यंत आवडते संगीतकार आहेत. त्यांच्या अनुभवसंपन्न विवेचनामुळे व्हायोलिनचे सौंदर्य अधिकच खुलले.

## आदि वाद्य : मृदंग

बुजुर्ग पंडित वसंतराव घोरपडकर यांनी मृदंग या आद्य वाद्याचा इतिहास सांगत वादन केले. काळाच्या ओघात मागे पडलेले हे वाद्य त्यांनी पुन्हा रसिकांसमोर जिवंत केले.

## सतार

उस्ताद अल्लाउद्दीन खान यांच्या मैहर घराण्याविषयी महत्त्वाच्या गोष्टी सांगून पंडित सच्चिदानंद फडके यांचे चिरंजीव व शिष्य पंडित सुधीर फडके यांनी अत्यंत रसपूर्ण वादन केले. त्यांच्या वादनातून घराण्याची शिस्त आणि भावनिक खोली अनुभवता आली. त्यांच्या भगिनी संध्या फडके, ज्या स्वतःदेखील उत्तम सतारवादक आहेत, त्याही आवर्जून उपस्थित होत्या.

## तबला : परंपरा आणि अभ्यास

पंडित अरविंद मुळगावकर यांनी फरुखाबादी तबला आणि उस्ताद अमीर हुसेन खान यांच्याविषयी महत्त्वपूर्ण माहिती दिली आणि अभ्यासपूर्ण वादन केले. तबल्यामागील शास्त्रीय बैठक रसिकांना नव्याने समजली.

## अलभ्य वाद्ये : सारंगी आणि क्लॅरिओनेट

आकाशवाणीवरील ज्येष्ठ मान्यवर कलाकार मधुकर खाडिलकर आणि विष्णुपंत ओक यांनी या दुर्मीळ वाद्यांबाबत माहिती देत उत्तम वादन केले. खाडिलकर संगीत

नाटकांतही सारंगीची संगत करायचे. पंडित विनायकबुवा पटवर्धन यांचे शिष्य असल्याने ते साथ तर उत्तम करायचेच; पण तानपुऱ्यासह गायनही अत्यंत सुंदर करायचे.

ओक हे क्लॅरिओनेट या पाश्चात्त्य वाद्यावर राग-रागिण्या सादर करायचे, साथ करताना सुंदर भरणा देत गाणं भारून टाकायचे. अनेक मराठी चित्रपटांच्या संगीतात त्यांची साथ असायची. सुप्रसिद्ध गाणं 'नाच रे मोरा' या गाण्याला त्यांचीच साथ होती. आमच्या अनेक कार्यक्रमांत आणि दौऱ्यांत ते साथीला असायचे. या दोघांनी स्नेहसदनमधील संध्याकाळ अविस्मरणीय केली.

### जलतरंग : दुर्मीळ श्रवणानंद

अत्यंत दुर्मीळ होत चाललेलं श्रवणीय वाद्य म्हणजे जलतरंग. मिलिंद तुळाणकर हे या वाद्याचे शिल्पकार. वाद्य लावण्यापासून ते वादनापर्यंतची त्याची महती सांगत त्यांनी अत्यंत सुरेल वादन केले. या वाद्याच्या एकमेव वादकाचे रसिकांनी भरभरून कौतुक केले.

### गंधर्वयुगाचा साक्षीदार : ऑर्गन

ऑर्गनवादक राजीव परांजपे यांच्या वादनाची आणि अभ्यासपूर्ण विवेचनाची विशेष मैफील रसिकांना थेट जुन्या काळात घेऊन गेली. संगीत नाटकांना साथ देणे आणि मार्गदर्शन करणे हे त्यांचे वैशिष्ट्य. पंडित छोटा गंधर्व हा त्यांचा विशेष जिव्हाळ्याचा विषय. या सर्व अनुभवांवर भाष्य करत त्यांनी ही मैफील अत्यंत संस्मरणीय केली.

## विविध घराणी व गायनशैली

विविध घराणी आणि त्यांच्या गायनशैली यांचा सखोल परिचय करून देणारा संवादात्मक उपक्रम रसिकांसाठी अत्यंत समृद्ध अनुभव ठरला.

**संवाद** या उपक्रमांतर्गत पंडित कुमार गंधर्व यांच्या गायकीविषयी त्यांचे शिष्य पंडित विजय सरदेशमुख यांनी आपले विचार मांडले आणि गायन सादर केले. कुमारजींच्या गायकीतील प्रयोगशीलता, भावगर्भता आणि आध्यात्मिक

उंची यांचे प्रत्यंतर त्यांच्या सादरीकरणातून आले.

मनस्वी, चिंतनशील आणि शांत प्रवृत्तीचे व्यक्तिमत्त्व असलेल्या गुणी गायक पंडित विजय सरदेशमुख यांचे गाणे आणि विचार ऐकताना मन नकळत शांत होते. कुमारजींची गायकी त्यांनी अत्यंत आत्मीयतेने आत्मसात केली आहे. कुमारजींचे सान्निध्य लाभल्यामुळे त्यांनी संयतपणे विचार मांडत उत्तम गायन सादर केले.

## ग्वाल्हेर गायकीचा आस्वाद

पंडित वसंतराव राजूरकर – एक आदर्श गुरू, शिक्षक आणि कडक शिस्तीची स्वतंत्र पाठशाळा आहे. त्यांनी ग्वाल्हेर घराण्याची गायकी आपल्या गायनातून आणि विचारातून प्रभावीपणे उलगडून दाखवली. हैदराबाद विद्यापीठात संगीतप्रमुख म्हणून कार्य केलेल्या राजूरकरांनी शास्त्रीय बैठक, रागदारीची शिस्त आणि अभिव्यक्ती यांचा सुरेख समन्वय सादर केला. अभ्यासकांसाठी हा उपक्रम विशेष उपयुक्त ठरला.

## वसंत गान : एक स्मरण

डॉ. वसंतराव देशपांडे यांच्या गायकीवर आधारित हा उपक्रम त्यांचे शिष्य पंडित विजय कोपरकर यांनी सखोल विचारांसह आणि गायनाद्वारे सादर केला. गुरुजींच्या गायकीतील आक्रमकता, स्पष्टता आणि धारदार अभिव्यक्ती त्यांनी अत्यंत प्रभावीपणे मांडली. त्यांच्या सादरीकरणातून गुरुजींची आठवण जिवंत झाली.

## गंधर्व गायकीचे शिलेदार

संगीत नाटक आणि गायनासाठी संपूर्ण आयुष्य समर्पित केलेल्या श्रीमती जयमाला शिलेदार यांनी गंधर्व गायकीवर सुंदर भाष्य केले. बालगंधर्व यांच्या गायकीविषयी त्यांनी गायनातून आणि शब्दांतून सुंदर बैठक रंगवली. तो क्षण कधी संपूच नये असा वाटणारा होता. त्यांच्या साथीला त्यांची कन्या प्रसिद्ध गायिका, अभिनेत्री कीर्ती शिलेदार आणि शिष्या अश्विनी टिळक या दोघी होत्या. पंडित विनायक थोरात ज्यांचं तबला वादनात एक स्वतःचं असं वेगळं खास स्थान आहे त्यांच्या साथीने हा कार्यक्रम अधिकच खुलून आला होता.

## विशेष संगीतप्रकार

### रस बरसे

*'रस बरसे'* या विशेष उपक्रमांतर्गत उपशास्त्रीय संगीताचा मनोज्ञ आविष्कार रसिकांसमोर उलगडला. सुगमला अगदी सुरुवातीपासून साथ देणाऱ्या गुणी गायिका अश्विनी टिळक यांनी या मैफिलीत उपशास्त्रीय संगीतातील आपले अनुभव आणि विचार यांची सुंदर सांगड घालत अत्यंत प्रभावी गायन सादर केले. डॉ. संजीव शेंडे यांनी संवादक म्हणून मंचावर उपस्थित राहत कार्यक्रमाची रंगत वाढवली.

### रवींद्र संगीत

रवींद्रनाथ टागोरांच्या उत्तम रचनांचे दर्शन घडवणारी ही मैफील डॉ. अमित मित्र यांनी गाऊन सादर केली. बंगाली संगीताचा खास गंध, त्यामागील भावविश्व आणि तत्त्वज्ञान त्यांनी आपल्या गायनातून उलगडले. त्या अनुषंगाने त्यांनी अत्यंत मौलिक विचारही मांडले. हे विचार रसिकांपर्यंत अधिक सहज पोहोचावेत म्हणून प्राध्यापक अजित सोमण यांनी त्यांना इंग्लिशमध्ये बोलते केले. या उपक्रमातून एक वेगळाच बौद्धिक आणि सांगीतिक आनंद मिळाला.

### नृत्य – संगीत विचार

पंडिता रोहिणी भाटे यांनी नृत्यातील संगीताविषयी आपले प्रगल्भ विचार मांडले. त्याच वेळी त्यांनी अभिनयदर्शनही सादर करून विषय अधिक रसपूर्ण केला. या सादरीकरणाला डॉ. माधुरी जोशी यांनी गायनसाथ केली. रोहिणीताईंनी त्यांच्या सखोल चिंतनशील विचारांमुळे आणि अभिनयाच्या प्रभावी दर्शनामुळे रसिकांबरोबरच अभ्यासकांनाही हा कार्यक्रम आनंददायी तसेच उपयुक्त ठरला.

### मंथन : ध्रुपद गायकी

ध्रुपद गायकीविषयी उदय भवाळकर यांनी विचार मांडत गायन सादर केले. त्यांना डॉ. अरविंद थत्ते यांनी संवादाच्या माध्यमातून बोलते केले. नेहमीप्रमाणे या उपक्रमातही श्रोत्यांनी प्रश्न विचारले. ध्रुपदाविषयी, त्याच्या परंपरेविषयी आणि

शैलीविषयी उदयजींनी सविस्तर उत्तरे देत अभ्यासपूर्ण गायन केले. त्यामुळे हा उपक्रम विशेष लक्षात राहणारा ठरला.

## कीर्तन-रंग

कीर्तन परंपरेतील महत्त्वाचे नाव म्हणजे जुन्या पिढीतील आफळे बुवा. त्यांचे चिरंजीव चारुदत्त आफळे यांनी ही परंपरा अत्यंत समर्थपणे पुढे नेली आहे. कमी वेळात विविध प्रकार ऐकवत, दाखले देत त्यांनी कीर्तनात रंग भरला. गाणे, पाठांतर, अभ्यास, समयसूचकता आणि अभिनय यांचे सुंदर दर्शन घडवत त्यांनी श्रोत्यांना अगदी बांधून ठेवले. कीर्तन परंपरेला पुन्हा चांगले दिवस येत असल्याचे पाहून मनापासून आनंद वाटला. पुढे या विषयावर आलूरकर म्युझिकतर्फे कॅसेटही निघाली.

## सैनिक हो तुमच्यासाठी

कारगिल युद्धाच्या विजयोत्सवाच्या निमित्ताने सुगमने आपल्या शूर जवानांना सांगीतिक मानवंदना दिली. या उपक्रमात ब्रिगेडियर प्रताप जोशी आणि अन्य लष्करी अधिकारी सहभागी झाले होते. या शूरांच्या सहभागामुळे हा उपक्रम अत्यंत भावस्पर्शी आणि संस्मरणीय ठरला.

## अष्टपदी : संस्कृत भावकविता

चैतन्य कुंटे या अभ्यासू कलाकाराने संस्कृत भावकवितेचा सांगीतिक वेध घेणारा *'अष्टपदी'* हा उपक्रम सादर केला. संस्कृत भावकवितेसारख्या वेगळ्या विषयाची एक विलक्षण अनुभूती मिळाली. चैतन्यच्या या सादरीकरणाने श्रोते मंत्रमुग्ध झाले.

## वेध गझल गायकीचा

डॉ. सुरेशचंद्र नाडकर्णी – विविध क्षेत्रांतील तज्ज्ञ, नम्रता आणि बुद्धिमत्ता यांचे सुंदर मिश्रण! त्यांच्या *'वेध गझल गायकीचा'* या विचारपूर्ण मांडणीमुळे आणि गायकीमुळे संध्याकाळ विशेष समृद्ध झाली. प्रसिद्ध गायिका सुहासिनी कोरटकर आणि लता देव यांनी काही गझला पेश केल्या. गझलविषयी सरांनी केलेले भाष्य अत्यंत रसपूर्ण होते. वेळेची मर्यादा अशा कार्यक्रमांना खरंच नको वाटते; गझल संध्या रंगतच गेली. तिचे मोजमाप शब्दांत करणे कठीण आहे!

## संगत शब्द–सुरांची

*'कवी – शब्दांचे ईश्वर'* हा उपक्रम घडवणाऱ्या 'अनन्वय'च्या डॉ. माधवी वैद्य यांनी संगीतकार राहुल घोरपडे यांच्या साथीत 'संगत शब्द-सुरांची' ही अनोखी अनुभूती दिली. नवीन शब्द, नवीन रचना यामध्ये सादर करण्यात आल्या. तरुण तबलावादक-अभ्यासक नीलेश श्रीखंडे यांनी कार्यक्रमाला साथ केली. माधवी वैद्य आणि राहुल घोरपडे यांच्याशी प्रभाकर वाडेकर यांनी संवाद साधला.

## गाण्यातला कवी

गाण्यातील शब्दांवर प्रेम करणारे, गाण्यात रमणारे कवी सुधीर मोघे हार्मोनियम हातात घेऊन, गाऊन शब्दरूप उलगडून दाखवत होते. स्वतः संगीतकार असल्यामुळे गाण्याची सखोल जाण असलेले सुधीरजी रसिकांशी संवाद साधत गाण्याचा आनंद जवळून देत होते.

असाच आनंद देणारा दुसरा उपक्रम म्हणजे प्रतिभावान कवी - गझलकार रमण रणदिवे यांचा *'ऋतु फुलांचा'*. स्वतःच्या शब्दांना स्वरसाज देत त्यांनी रसिकांना आपलेसे केले. त्यांच्या शब्दांचे नेमके, दर्जेदार विश्लेषण ऐकत राहावेसे वाटते. गजाननराव वाटवे यांनी त्यांच्या अनेक रचनांना संगीतबद्ध केलं असून तेही या उपक्रमात आनंदाने सहभागी झाले. मी आणि अनुराधा मराठे यांनीही त्यांच्या आणि अण्णांच्या काही रचना गायल्या. या सर्व उपक्रमांमुळे, या सर्व कलावंतांमुळे आम्ही समृद्ध झालो, श्रीमंत झालो. त्यांनी आम्हांला प्रेम दिले, आधार दिला आणि आमचा आत्मविश्वास अधिक दृढ केला.

## सुगमचे विशेष उपक्रम

काही उपक्रम असे होते, की त्यांची नोंद 'सुगमचे विशेष उपक्रम' म्हणून आवर्जून घ्यावी लागेल. हे विषय इतके वेगळे, अभ्यासपूर्ण होते, की असे उपक्रम फक्त सुगमनेच केले, असं अभिमानाने सांगावंसं वाटतं. थोडक्यात, अशा काही वेगळ्या विषयांचा येथे उल्लेख करतो.

## रसिक हो नमस्कार

या उपक्रमात निवेदन या महत्त्वाच्या, पण अनेकदा दुर्लक्षित घटकाविषयी सखोल विचार मांडले गेले. प्रसिद्ध निवेदक अरुण नूलकर आणि शैला मुकुंद यांच्याशी

प्राध्यापक अजित सोमण यांनी संवाद साधला. कोणत्याही कार्यक्रमात निवेदन हा अविभाज्य भाग असल्याने त्याच्या निर्मितीपासून परिणामापर्यंतचा प्रवास या संवादातून उलगडला. कलाकार आणि रसिक यांनी या उपक्रमाला उत्स्फूर्त प्रतिसाद दिला.

## स्वरलहरीचे दूत

ध्वनीप्रक्षेपण यंत्रणेचे महत्त्व, तिचा योग्य वापर आणि कलाकारांनी त्यातून कसा फायदा करून घ्यावा, याविषयी माहिती आणि प्रात्यक्षिके 'स्वरलहरीचे दूत'मध्ये सादर करण्यात आली. प्रदीप माळी, मुकुंद फडकले आणि संजय बेंद्रे यांनी हा अत्यंत उपयुक्त आणि संस्मरणीय उपक्रम घडवून आणला.

## अनोखा कारागीर

*'अनोखा कारागीर'* या उपक्रमातून हेमकांत नावडीकर यांनी वाद्यांची निगा व दुरुस्ती या संगीतविश्वातील अत्यंत महत्त्वाच्या विषयावर प्रकाश टाकला. वाद्य हे कलाकाराचे केवळ साधन नसून त्याचा सहप्रवासी आहे, ही भावना त्यांनी आपल्या मांडणीतून ठसवली.

स्वतःच्या समृद्ध अनुभवांवर आधारलेले किस्से, रंगमंचावरील प्रत्यक्ष प्रसंग आणि तांत्रिक बारकावे त्यांनी सहज, रंजक शैलीत मांडले, त्यामुळे विषय माहितीपूर्ण असतानाच रसिकांसाठी अत्यंत जिवंत झाला. या उपक्रमातून संगीताच्या सौंदर्यामागे असलेल्या निष्ठावान कारागिराचे मोल ठळकपणे अधोरेखित झाले आणि 'अनोखा कारागीर' हा सुगमचा लक्षात राहणारा उपक्रम ठरला.

## अनमोल ठेवा

जुन्या रेकॉर्ड्स, कॅसेट्स, स्पूल्स, रेडिओ आणि सुस्थितीत ठेवलेली यंत्रसामग्री यांचा संग्रह हा छंद मनापासून जपणारे डॉ. प्रकाश कामत हे केवळ संग्राहक नव्हे, तर जाणकार अभ्यासक आहेत. 'अनमोल ठेवा' या कार्यक्रमात त्यांच्या अभ्यासपूर्ण माहितीमुळे आणि काही दुर्मीळ ध्वनिमुद्रिका ऐकण्याच्या संधीमुळे रसिकांना अक्षरशः स्वर्गीय आनंद मिळाला.

## संगीत समीक्षा : एक दृष्टिक्षेप

*'संगीत समीक्षा : एक दृष्टिक्षेप'* या उपक्रमात प्रसिद्ध समीक्षक श्रीरंग संगोराम, दत्ता मारुलकर आणि अशोक रानडे या दिग्गजांनी संगीत समीक्षेची प्रक्रिया कशी असते, याचे प्रत्यक्ष उदाहरणांसह सखोल दर्शन घडवले. समीक्षकाची भूमिका केवळ दोष शोधण्याची नसून, कलाकृतीचे संदर्भ, सौंदर्य, बांधणी आणि कलाकाराचा हेतू समजून घेण्याची असते, हे त्यांनी प्रभावीपणे मांडले.

त्यांच्या प्रदीर्घ अनुभवातून आलेली निरीक्षणे, आठवणी आणि विश्लेषणामुळे विषय अभ्यासकांसाठी मार्गदर्शक ठरला; तर रसिकांसाठी तो अधिक समजून घेण्यासारखा झाला. या उपक्रमामुळे संगीत ऐकण्याची दृष्टी अधिक प्रगल्भ झाली आणि समीक्षा हीही एक सर्जनशील जबाबदारी आहे याची जाणीव सर्वांनाच झाली. एक छान विषय रंगतदार झाला.

## संगीत : छंद, व्यासंग, व्यवसाय

'संगीत : छंद, व्यासंग, व्यवसाय' या विषयावर झालेल्या चर्चेत हार्मोनियमवादक डॉ. अरविंद थत्ते, संतूरवादक पंडित धनंजय दैठणकर, गायिका अलका देव-मारुलकर आणि गायक पंडित विजय कोपरकर व मुकुंद फणसळकर सहभागी झाले. अजित सोमण आणि संजय पंडित यांनी संवाद साधत या विषयाचे विविध पैलू उलगडून दाखवले. संगीत केवळ आवड म्हणून जोपासावे, की सखोल साधना म्हणून घडवावे, की त्याकडे व्यावसायिक दृष्टिकोनातून पाहावे – या प्रश्नांवर प्रांजळ मते मांडली गेली.

कलाकाराच्या जडणघडणीत आर्थिक वास्तव, सातत्य, शिस्त आणि आत्मिक समाधान यांचा समतोल कसा साधावा, याविषयी झालेली ही चर्चा अत्यंत मार्गदर्शक ठरली. या संवादातून संगीताचा प्रवास हा वैयक्तिक निवडीवर अवलंबून असला, तरी योग्य दिशा आणि स्पष्टतेशिवाय तो टिकत नाही, हे प्रकर्षाने अधोरेखित झाले.

## मंथन

संगीत संस्था चालवण्यातील आव्हाने या चर्चेत वेळ, पैसा, बुद्धी आणि मनुष्यबळ यांचा समतोल साधत संस्था चालवताना येणाऱ्या वास्तव अडचणींवर या कार्यक्रमात सखोल मंथन झाले. या गहन विषयावर 'शब्दवेध' संस्थेचे सर्वेसर्वा

चंद्रकांत काळे, माधुरी पुरंदरे आणि आनंद मोडक यांनी आपल्या प्रत्यक्ष अनुभवांवर आधारित प्रांजळ आणि उद्‌बोधक विचार मांडले.

कार्यक्रम नियोजन, आर्थिक शिस्त, कलाकार व्यवस्थापन, रसिकांशी नाते आणि दीर्घकालीन दृष्टी – या सगळ्यांचा समन्वय किती आवश्यक आहे, हे या चर्चेतून स्पष्ट झाले. संगीत संस्था चालवणे म्हणजे केवळ कार्यक्रमांची मालिका नव्हे; तर निष्ठा, संयम आणि सातत्याची दीर्घ साधना आहे, हा ठळक संदेश या मंथनातून रसिकांपर्यंत पोहोचला.

## वंदे मास्तरम्

मास्टर कृष्णराव यांच्या जन्मशताब्दीनिमित्त आयोजित या विशेष उपक्रमात राजाभाऊ फुलंब्रीकर, सुहास दातार आणि मिलिंद सबनीस सहभागी झाले. 'वंदे मातरम्' या गीताचा इतिहास सांगितला गेला आणि काही दुर्मीळ ध्वनिमुद्रिका ऐकायला मिळाल्या. या गीताचे प्रत्यक्ष गायनही सादर झाले.

## गुण गाईन आवडी

आपल्या सर्वांचे आवडते पु. ल. देशपांडे यांच्या सांगीतिक लिखाणाचा संगीत पुनःप्रत्यय, अभिवाचन आणि त्या-त्या टप्प्यांवरील महान कलाकारांच्या ध्वनिमुद्रिका ऐकणे हा अत्यंत दुर्मीळ अनुभव होता.

डॉ. वसंतराव देशपांडे, पंडित कुमार गंधर्व, पंडित मल्लिकार्जुन मन्सूर, विदुषी केसरबाई केरकर, बेगम अख्तर यांच्याविषयी अभिवाचन अमृता सातभाई, अजित सातभाई आणि संजय पंडित यांनी केले. श्रोत्यांचा या उपक्रमाला उदंड प्रतिसाद मिळाला.

## गाण्यांच्या पलीकडले

सिने-संगीतातील अरेंजमेंट या विषयावर हिंदी-मराठी चित्रपटसृष्टीतील प्रसिद्ध अरेंजर शामराव कांबळे यांनी अत्यंत अभ्यासपूर्ण आणि रंजक मांडणी केली. पडद्यावर चित्रफिती दाखवत त्यांनी गाण्याच्या पलीकडे असलेली वाद्यांची मांडणी, स्वररचना, पार्श्वसंगीत, भावनिर्मिती आणि दृश्याशी साधलेला संवाद अशी संपूर्ण सर्जनशील प्रक्रिया उलगडून दाखवली.

या सादरीकरणामुळे अरेंजमेंट म्हणजे केवळ सजावट नसून गाण्याला आत्मा

देणारी एक स्वतंत्र कला आहे, हे श्रोत्यांना ठळकपणे समजले. या निमित्ताने रसिकांना सिने-संगीतातील पडद्यामागील मेहनतीचे दर्शन घडले. या निमित्ताने शामराव कांबळे व सुगम यांचे नाते अधिक घट्ट झाले.

## संवेदना रंग आणि रेषांची

चित्रकार रवी परांजपे हे त्यांच्या क्षेत्रात प्रसिद्ध होतेच; पण त्याचबरोबर ते संगीताचेही अतिशय जाणकार होते. 'चित्रकला आणि संगीत या दोन कलांमधील नातं उलगडून दाखवणारी एखादी मुलाखत द्याल का,' अशी विनंती मी त्यांना केली. ही कल्पना त्यांना मनापासून भावली. या उपक्रमासाठी त्यांनी स्वतः काही स्लाइड्स तयार केल्या. त्या पडद्यावर दाखवत, रंग-रेषा आणि स्वर-संवेदना यांमधील नातं त्यांनी अत्यंत सुंदर, सहज आणि रसपूर्ण शब्दांत उलगडून सांगितलं. त्यांचं निरूपण केवळ माहितीपूर्ण नव्हतं, तर कलात्मक जाणिवांनी परिपूर्ण होतं.

रवीजी वक्ते म्हणूनही तितकेच मोठे होते. त्यांचे विचार ऐकताना मन नकळत शांत होत असे आणि नवे दृष्टिकोन मिळत. सुगमच्या प्रत्येक उपक्रमाला ते वेळोवेळी उपस्थित राहत, योग्य मार्गदर्शन करत, आणि आपल्या आपुलकीने आम्हां सर्वांना बळ देत. त्यांची ही आपुलकी, मार्गदर्शन आणि संवेदनशील कलादृष्टी आम्ही कधीही विसरू शकत नाही.

## जाहिरात संगीत

जाहिरातींसाठी निर्माण होणाऱ्या संगीतावर आधारित हा अभ्यासपूर्ण चर्चात्मक उपक्रम शाम देशपांडे, केदार परांजपे आणि प्रवीण जोशी यांनी सादर केला. व्यावसायिक गरजा, सर्जनशीलता आणि प्रभावी मांडणी यांचा समतोल साधणारे जाहिरात संगीत कसे घडते, याची सविस्तर उकल या चर्चेत झाली.

'जिंगल्स' या स्वतंत्र आणि प्रभावी संगीतप्रकाराची रचना, त्यामागची संकल्पना आणि श्रोत्यांच्या मनावर होणारा परिणाम या सर्व पैलूंवर त्यांनी अनुभवाधारित उदाहरणांसह प्रकाश टाकला. त्यामुळे हा विषय केवळ वेगळा नव्हे, तर विचारप्रवर्तक आणि जाहिरात संगीताची समज वाढवणारा ठरला.

सुगमचे बहुस्पर्शी विशेष कार्यक्रम, उपक्रम तसंच रंगमंचीय कार्यक्रम यांचा थोडक्यात आढावा घेण्याचा हा प्रयत्न आहे. कमी काळात आम्ही अधिक अभ्यासपूर्ण, दर्जेदार आणि अर्थपूर्ण काम केले, याचा अभिमान वाटतो. या

प्रवासात आम्हांला सोन्यासारखी माणसं मिळाली. या उत्तुंग माणसांमुळे आम्ही खऱ्या अर्थाने श्रीमंत झालो, समृद्ध झालो!

## सुगम : एक क्लेशदायक शेवट, एक न संपणारी आठवण

सुगम हा केवळ संगीताचा प्रवास नव्हता; तो माणसांचा, विचारांचा आणि संवेदनांचा सुंदर संगम होता. रंगमंचावरील मैफिली जितक्या महत्त्वाच्या होत्या, तितकेच मोलाचे होते पडद्यामागचे संवाद, अभ्यासपूर्ण उपक्रम आणि रसिक-कलाकारांमधील प्रामाणिक नाते. कमी काळात अधिक अर्थपूर्ण, दर्जेदार आणि विचारप्रवर्तक काम करता आलं, याचं समाधान मनात खोलवर आहे.

या प्रवासात आम्हांला लाभलेली माणसं हीच आमची खरी कमाई! थोर गुरू, नामवंत कलाकार, अभ्यासक आणि संवेदनशील रसिक – या सर्वांच्या सहवासाने आम्ही समृद्ध झालो. सुगममुळे अनेक विचार रुजले, प्रश्न विचारले गेले आणि संगीताकडे पाहण्याची दृष्टी अधिक खोल झाली.

सुगम उभे राहिले, वाढले आणि टिकले, यामागे संजय आणि सविता पंडित यांचे योगदान अनन्यसाधारण आहे. त्यांची निष्ठा, सातत्य आणि समर्पणाशिवाय हा प्रवास शक्य नव्हता. माझ्याकडून तर क्षणोक्षणी झालेल्या चुका आजही मनात सल म्हणून आहेत; पण त्या चुकादेखील शिकवण देऊन गेल्या, याची जाणीव आहे.

संस्थेचा व्याप वाढत असतानाच काही अपरिहार्य कारणांमुळे डिसेंबर २००४मध्ये संजयने प्रभाताईंना पत्र लिहून, जानेवारी २००५मध्ये होणारा डॉ. प्रभा अत्रे पुरस्कृत कै. डॉ. उषा अत्रे-वाघ स्मृती पुरस्कार देण्यास असमर्थता दर्शवली. नाइलाजाने उचललेले ते पाऊल वेदनादायी होते. १९९८पासून सुरू झालेल्या या पुरस्काराचे मानकरी होते :

१९९८ : प्राजक्ता जोशी, १९९९ : मुकुंद फणसळकर, २००० : देवकी पंडित, २००१ : अनुराधा कुबेर, २००२ : अपर्णा संत, २००३ : माधुरी करमरकर, २००४ : हृषीकेश रानडे. विशेष म्हणजे, हे सर्व पुरस्कार प्रभाताईंच्या हस्ते प्रदान झाले, ही आठवण आजही मनाला स्पर्शून जाते.

त्यानंतर अल्पावधीतच काही कारणांमुळे सुगमचा प्रवास थांबवावा लागला; तो क्षण वेदनादायी होता आणि आहे. मात्र, सुगम थांबले तरी त्याची मूल्ये, त्याची जाणीव आणि त्याची ऊर्जा थांबलेली नाही. ती आजही त्या-त्या कार्यक्रमांच्या आठवणींत, त्या स्वरांत आणि त्या माणसांच्या मनात जिवंत आहे.

संगीत सर्वसामान्य रसिकांपर्यंत विचारपूर्वक, सुसंस्कृत आणि सुलभ रीतीने पोहोचवण्याचे जे स्वप्नं 'सुगम'च्या सुरुवातीला पाहिलं होतं, ते बऱ्याच अंशी साकार झालं, याचं समाधान मोठं आहे.

'सुगम' बंद झाले; पण सुगमपणा संपलेला नाही. तो आजही जिवंत आहे – आठवणींत, विचारांत आणि मनाच्या एका शांत कोपऱ्यात!

# 'भावगंगा' एक विलक्षण अनुभव!

काही आठवणी नको वाटतात त्यातला हा तापदायक कार्यक्रम 'भावगंगा'.

२००१मध्ये *'भावगंगा'* या भव्य कार्यक्रमाचे आयोजन 'सुगम'कडे आले. यामध्ये गजाननराव वाटवे आणि सुधीर फडके यांना 'युगनिर्माता' पुरस्कार देण्याचे निश्चित झाले होते. महाराष्ट्रात भावसंगीतासाठीचा इतका मोठा पुरस्कार बहुतेक प्रथमच दिला जाणार होता. 'युगनिर्माता' हे संजय पंडितने सुचवलेले नावदेखील पुरस्कारची उंची वाढवणारे होते. हा कार्यक्रम म्हणजे चित्रपट संगीत, भावसंगीत, गीतरामायण, अभंग-भजने असा शतकातील मोठा सुगम संगीत महोत्सव होता.

गणेश कला क्रीडा मंच येथे 'विजय फाउंडेशन'तर्फे आयोजित या कार्यक्रमात महाराष्ट्रातील जवळपास सर्वच नामवंत व नवोदित कलाकार सहभागी झाले होते. वाद्यवृंददेखील साजेसा भव्य होता आणि निवेदकही नावाजलेले! दिग्गज कवी, संगीतकार यांचा सत्कार या निमित्ताने होणार होता. अनेक क्षेत्रांतल्या मान्यवरांची उपस्थिती कार्यक्रमाला असणार होती. त्यामुळे त्याचे विस्तृत नियोजन आणि व्यवस्थापन – हा एक मोठाच व्याप होता. आम्ही हे आव्हान स्वीकारलं होतं. कारण, आम्हांला अशा कार्यक्रमाचा अनुभव तर होताच; पण गजाननराव वाटवे आणि सुधीर फडके, दोघंही आमच्या विशेष जिव्हाळ्याचे होते.

कार्यक्रमाचं संपूर्ण नियोजन मी, अजित सोमण, संजय पंडित, अजित सातभाई, प्रकाश भोंडे यांनी केलं होतं. रिहर्सल्स, बैठका, पत्रकार परिषद, स्टेजवरील कार्यक्रम – हे सारंच मोठ्या जोशात सुरू होतं. पंडितांचं घर तर भावगंगामय होऊन गेलं होतं. आम्ही सगळे स्वतःचे व्याप सांभाळून कार्यक्रम

उत्तम होण्याकरिता झटत होतो. आम्ही खूप अभ्यास करून कार्यक्रम बांधला. सर्व बाजूंनी सुसज्ज बांधणी केली. मात्र, आर्थिक घडामोडी आणि काही राजकारणाने वातावरण कलुषित झालं. पुरस्कार ते कार्यक्रम, सतत रुसवेफुगवे होत राहिले. त्या आठवणी आजही अंगावर शहारा आणतात! राजकारणी मंडळी बरोबर असल्यावर दुसरं काय होणार... आम्ही मूर्ख आणि ते शहाणे ठरले! मलई त्यांनी खाल्ली आणि आम्ही झेंडा घेऊन नाचत राहिलो!

*'भावगंगा'*, कार्यक्रम भव्यदिव्य वातावरणात, दिग्गज - आदरणीय व्यक्तींचे दर्शन घडवत पार पडला; पण मनासारखा उत्तम झाला नाही.

दोन्ही भावगीत सम्राटांना एकाच वेळी एक मोठा हार घालून 'युगनिर्माता' म्हणून गौरवण्यात आले. या कार्यक्रमात मी *'स्वये श्रीरामप्रभू'* आणि *'पराधीन आहे जगती पुत्र मानवाचा'* ही गीतरामायणातील गाणी गायली. बाबूजी आणि ललिताबाई या दोघांनीही या गाण्यांसाठी माझी पाठ थोपटली. त्यांचा आशीर्वाद मिळाला हीच एकमेव माझ्या दृष्टीने त्या कार्यक्रमातील सर्वोच्च भाग्याची गोष्ट होती. बाकी संपूर्ण प्रक्रियेतल्या तसेच कार्यक्रमातल्या जखमा अजूनही ओल्या आहेत.

# गाण्यासाठी धडपड

अंदाजे २००५नंतरचा हा काळ आहे. 'सुगम' बंद झाली आणि मनास अतोनात क्लेश झाले. त्याची कारणमीमांसा ना मी कुणाला सांगू शकलो ना माझ्या आईला. तिचं माझ्यावर बारीक लक्ष असायचं. 'रोज तानपुऱ्यावर रियाज करणारा आणि संध्याकाळी सातच्या आरतीला जंगली महाराज मंदिरात जाणारा आपला मुलगा – त्याचं हे गाणं अचानक कसं थांबलं...' आईला म्हातारपणी दुःख नको म्हणून मी काही बोलत नव्हतो. ती मात्र रात्र-रात्र याच विचारात गुंतलेली असायची.

एके दिवशी ती संतापून म्हणाली, "बाबूजी असते तर त्यांनी तुला जोड्याने मारलं असतं!" तिच्या डोळ्यातलं दुःख मला जाणवायचं, पण मी त्यावर काही उतारा देऊ शकत नव्हतो. माझ्या या अधोगतीने ती आतून रडत असणार... मला तिच्याकडे पाहून खूप वाईट वाटायचं. अखेर व्हायचं तेच झालं...

'सुगम' बंद झाली आणि त्यापाठोपाठ आईदेखील मला सोडून गेली. ३ एप्रिल २००५ रोजी, माझ्याच काळजीने हृदयविकाराच्या झटक्याने ती देवाघरी गेली. एकावर एक दुःखांनी मला पूर्णपणे उद्ध्वस्त करून टाकलं. मी हरवल्यासारखा, वेड्यासारखा चालायचो आणि अति विचार करायचो. माझ्या आतला कलाकार तळमळत होता, पण मी त्याला शांत करण्यास असमर्थ होतो. वाट सापडत नव्हती.

## सुगम संगीत शिकवणी

अरविंद थत्ते मला नेहमी विनंती करायचा, "अरे, निदान तानपुरा तरी ऐक! केव्हातरी तुला पुन्हा सूर लावावासा वाटेल... गाण्याची ओढ परत जागी होईल."

तो म्हणायचा, ''सुगम संगीत शिकव. निदान त्यातून गाण्याशी जोडलेला राहशील.'' म्हणून मग मी प्राची आणि मंजिरी या 'सुगम'मधल्या बहिणींना घरी जाऊन स्वअभ्यासानुसार सुगम संगीत शिकवायला सुरुवात केली. २००५ ते २००७ या काळात हा उपक्रम सुरू राहिला. भारत गायन समाजातही काही काळ शिकवायचा योग आला, पण तोही काही काळापुरताच!

माणिक वर्मा यांच्या एकलव्य शिष्या आणि तळमळीच्या गायिका अश्विनी टिळक यांच्या घरी मी त्यांच्या विद्यार्थ्यांसमोर छोट्या सुगम संगीत कार्यशाळा घेण्याचा एक प्रयत्न केला होता. प्राची आणि मंजिरीही मदतीला होत्या. पण नंतर शामराव कांबळे यांच्या सूचनेनुसार मी शिकवणंही बंद केलं. त्यांचा हेतू वेगळा होता – माझा वेळ उगाच जाऊ नये आणि आवाज बिघडू नये, मी स्वतःकडे लक्ष द्यावं याकरिता असे उद्योग नको! मी मात्र तो हेतू लक्षात न घेता गाणंच सोडून दिलं.

मला आतून गावंसंच वाटेना आणि लहानपणापासून जपलेलं माझं गाणं एकाएकी बंद झालं... एखादी दुष्ट शक्ती मला या सगळ्यांपासून दूर नेत आहे, असं वाटू लागलं... मन सैरभैर झालं. अजित सोमण आणि अरुण काकतकर यांनी खूप समजावलं. अरविंदही सतत म्हणायचा, ''परत एकदा प्रयत्न कर... सुरुवात कर.'' पण माझ्यावर काहीच परिणाम होत नव्हता.

विंदा करंदीकर म्हणतात, 'माझ्या मना, बन दगड!' तसंच काहीसं माझं झालं होतं. बाहेरून काहीही भासत असलं तरी आतून मी पूर्णपणे हरवून गेलो होतो. प्रत्यक्ष-अप्रत्यक्ष अनेक लोक नाव ठेवत होते, 'बदल झालाय' असं म्हणत होते. मलाही जाणवत होतं; पण काहीच सुचत नव्हतं. जणू काही जादूची दुष्ट कांडी फिरवली गेली आणि माझं सगळं अस्तित्वच बदललं.

ही एक वस्तुस्थिती होती. यातून काही मार्ग निघेल असं वाटायचं... पण तो मार्ग काही दिसत नव्हता.

कलाकार हा निसर्गतःच अधिक संवेदनशील असतो, आणि संवेदनांमधून त्याचं कलेशी असलेलं नातं आणखीच घट्ट होतं – हे मी स्वतः अनुभवलं आहे. त्यामुळे आयुष्यात मला एक अजब अनुभव आला... अनेक गोष्टी धरण्यापेक्षा त्यांना सोडून द्यायची वृत्ती मला सहजपणे स्वीकारता आली.

## वेदभवनमधली गानसेवा

एकदा एक चांगला योग आला. मार्च २००६मध्ये पूज्य घैसास गुरुजींच्या वेदभवनमध्ये गणपतीसमोर गायची संधी अरुण काकतकरांमुळे मिळाली. तो कार्यक्रम प्रकाश भोंडे यांनी आयोजित केला होता. मी गायलो. गाणी ठीक झाली. थोडा आत्मविश्वास आणि उमेद वाढली. काकतकर मुद्दाम पूर्ण वेळ माझ्यासोबत होते.

## मित्राघरी गानसेवा

अशीच अजून एक संधी माझा *'चैत्रबन'*मधला मित्र, 'सुगम'चा विश्वस्त आणि व्हायोलिनवादक शिरीष क्षीरसागर याने त्याच्या घरगुती कार्यक्रमात दिली. त्याच्या वडिलांच्या स्मृतीस वंदन म्हणून त्यांच्या घरीच गाण्याची बैठक झाली. प्राची आणि मंजिरीही सहभागी झाल्या. क्षीरसागर कुटुंबीयांनी कार्यक्रमाची जबाबदारी चोख पार पाडली.

शिरीषचे स्नेही आणि रोटरी मेंबर, श्री. व सौ. चिपलकट्टी यांनी त्यांच्या भूगाव इथल्या फार्म हाउसवर एक कार्यक्रम आयोजित केला होता. त्यातही मला गायची संधी मिळाली. उपस्थित श्रोत्यांमध्ये साक्षात रसिकाग्रणी पु. ल. देशपांडे होते आणि कवी-संगीतकार यशवंत देव! निसर्ग सान्निध्यात झालेला हा कार्यक्रम खूप छान वाटला.

## एक छान संधी

दूरदर्शनमधले निर्माते अरुण काकतकर यांनी टीव्हीवरील त्यांच्या काळातील काही चित्रफितींवर आधारित एक दृकश्राव्य कार्यक्रम आयोजित केला होता. त्यात मुख्य सहभाग हृदयनाथ मंगेशकर यांचा असणार होता. त्यातही गायची मला संधी मिळाली.

मिळालेल्या या सर्व संधीतून आपणही काहीतरी नवीन करावं असं मनात आलं आणि काही दिवसांतच मनात एक नवीन कार्यक्रम आकार घेऊ लागला... *'नाते शब्द-सुरांशी'*!

## नाते शब्द-सुरांशी

*'नाते शब्द-सुरांशी'* हा कार्यक्रम शब्द आणि सुरांच्या नात्यांवर आधारित होता. शास्त्रीय, उपशास्त्रीय संगीतातील शब्दवैभव तसंच सिने-संगीत, भावसंगीत, भक्तिसंगीत, नाट्यसंगीत अशा सर्व प्रकारच्या चांगल्या शब्द-सुरांचा मिलाफ

दृकश्राव्य पद्धतीने सादर करायचा होता. २५ जानेवारी २००७ रोजी टिळक स्मारक मंदिरात हा कार्यक्रम पार पडला.

अजित सोमण यांची संहिता, सुधीर गाडगीळ यांचं निवेदन होतं; तर गायला अनुराधा मराठे, अनुराधा कुबेर, राहुल देशपांडे, मुकुंद फणसळकर आणि मी होतो. सर्व काही उत्तम होतं; पण प्रयत्न अपुरे पडले. त्यामुळे तो पहिलाच कार्यक्रम शेवटचा ठरला. माझादेखील हा स्टेजवरील शेवटचा परफॉर्मन्स ठरला.

खूप वर्षांनी कार्यक्रम केल्यावर आणि स्टेजवर उभं राहिल्यावर जाणवलं, की कलाकारांची आणि श्रोत्यांची मानसिकता खूप बदलली आहे. मी *'चैत्रबन'* आणि 'सुगम'सारख्या मुशीतला असल्याने त्या बदलाशी जुळवून घेणं जवळजवळ अशक्य वाटत होतं.

आजकाल कलाकारांना सखोल तालीम घेण्यासाठी पुरेसा वेळ नसतो. खूप काम असल्याने दर्जात्मक तडजोड करावी लागते. स्टेजवरच रिहर्सल करून कार्यक्रम सादर केला जातो. ज्यातून खऱ्या कलाकाराची जडणघडण होते, त्या शिस्तबद्ध संगीतसाधनेला कमीपणा येऊ लागला आहे. पण, काही करता येत नाही! प्रवाहाच्या विरुद्ध तरी जावं लागतं, नाहीतर हे सगळं सोडून द्यावं लागतं. थोडक्यात, हा सगळा डोंबाऱ्याचा खेळच आहे! तरी यातूनही मी माझं गाणं जगवण्याचा प्रयत्न करत होतो.

# बाबूजी : फोटो अनावरण व चित्रफीत संक्षिप्त दर्शन

२५ जुलै २००७ रोजी एक छान योग आला. बाबूजींचा जन्मदिवस आणि गुरुपौर्णिमा एकाच दिवशी आल्याने एक कल्पना मनात आली... या दिवशी बाबूजी आणि त्यांचे गुरू पंडित वामनराव पाध्ये यांचा फोटो पुण्यातील गांधर्व महाविद्यालयाच्या 'सुगम संगीत' कक्षाला भेट द्यावा. गुरू-शिष्य दोघेही ग्वाल्हेर घराण्याचे शिष्य असल्याने कल्पना योग्य वाटली. पुण्यातील गांधर्व महाविद्यालयाचे प्राचार्य प्रमोद मराठे यांनीदेखील ही कल्पना मान्य केली.

श्रीधर फडके, अजित सोमण, अरविंद थत्ते, अनुराधा मराठे, अरुण नूलकर या सर्वांबरोबरच शामराव कांबळे, प्रभाकर जोग अशा दिग्गजांच्या उपस्थितीमुळे फोटो अनावरण सोहळ्याला आगळी झळाळी प्राप्त झाली. विशेष म्हणजे पंडित वामनराव पाध्ये यांच्या पणतीने सुरुवातीला फार सुंदर श्लोक सादर केला. सुगम संगीत कक्षास महाकवी गदिमांचे 'गीतरामायण' पुस्तक भेट दिले. त्यातीलच 'जोवरी हे जग तोवरी नूतन नित रामायण' या पंक्ती मी सादर केल्या.

याच कार्यक्रमात बाबूजींवरील चित्रफितीची झलक मी, मकरंद केळकर आणि रेडिओचे रवींद्र आपटे यांच्या मदतीने सुमारे अर्धा तास सादर केली. तिथे उपस्थित सर्व दिग्गजांनाही झलक अतिशय आवडली. फोटो अनावरण आणि चित्रफीत दर्शन यानंतर काही दिवसांतच एक आगळंवेगळं काम माझ्याकडे आलं.

# बाबूजींच्या सुगम संगीत योगदानावर पीएच.डी.

कोल्हापूरच्या भाग्यश्री मुळे, या बाबूजींच्या सुगम संगीत योगदानावर पीएच.डी. करत होत्या. एके दिवशी त्यांनी माझ्याशी संपर्क साधला. स्वरानंदचे प्रकाश भोंडे यांनी त्यांना माझा फोन नंबर दिला होता. मला मात्र याविषयी काहीच कल्पना नव्हती. या कामात त्यांनी माझी मदत मागितली. इतरही बरीच मंडळी त्यांना मदत करत होती. त्यांना मी पहिल्यांदा भेटलो तेव्हा पहिला प्रश्न विचारला, की 'तुम्ही बाबूजींना कधी पाहिलं आहे का? आणि त्यांचं गाणं प्रत्यक्ष ऐकलं आहे का?' त्या 'नाही' म्हणाल्या तेव्हा मला खरंतर आश्चर्य वाटलं. त्यांचं कामही मला जरा विसकळीत वाटलं. 'आपण नंतर भेटू परत', अशा बोलण्यावर ही भेट संपली.

बाबूजी कोल्हापूरचे आणि भाग्यश्रीदेखील तिथल्याच; पण त्यांना तिथे फारशी मदत मिळू नये हे खटकण्याजोगं होतं! त्या वेळी मी बराच विचार केला, की मी तरी त्यांना का मदत करू? माझ्याकडे त्यांना सांगण्यासाठी खरंतर बरंच काही होतं; आणि मला या संदर्भात काही वेगळं संशोधनात्मक कार्य करायची इच्छा होती. पण त्या वेळच्या परिस्थितीमुळे मला ते शक्य नव्हतं.

माझ्याकडे बाबूजींवर वेगवेगळ्या स्वरूपात बरंच साहित्य जमा झालं होतं. मी काही अटी आणि सूचना देऊन भाग्यश्रीला मदतीची तयारी दर्शवली. आमचं फोनवर बोलणं होत असे; तशाच प्रत्यक्ष भेटीदेखील होत असत. तिची कामावरची निष्ठा पाहून मी आश्वस्त झालो. तिने कोणतीही तक्रार न करता, प्रचंड मेहनत घेतली. ती एलआयसीची नोकरी सांभाळून अभ्यास करत होती, हे विशेष! काही दिवस आम्ही दोघंही बाबूजीमय झालो होतो. बाबूजींना पाहण्याचा योग तिला कधीच

आला नव्हता, म्हणून मी तिला बाबूजींचं दर्शन माझ्या अनुभवांतून, आठवणींतून आणि चित्रफितीतून घडवत गेलो. ते माझ्यासाठी दैवत असल्याने, माझ्या मनात त्यांच्यासाठी असलेली निष्ठा आणि प्रेम यामुळे मी तिला शक्य ती सर्व मदत केली.

## भागयश्री आणि मी : विख्यात गायिका मालिनीताई राजूरकर यांची हॉटेल श्रेयस येथे भेट : एक छान आठवण

मी एकदा काही कामानिमित्त ज्येष्ठ गायिका मालिनीताई राजूरकरांना भेटायला श्रेयस हॉटेलमध्ये जाणार होतो. भाग्यश्री तेव्हा पुण्यात होती आणि तिला मला भेटायचं होतं. पण, 'मी मालिनीताईंना भेटायला जातो आहे, त्यामुळे आपली भेट आत्ता शक्य नाही,' असं मी तिला सांगितलं. तेव्हा तिनेही मालिनीताईंना भेटायला येण्याची इच्छा व्यक्त केली. मालिनीताईंची परवानगी घेऊन भाग्यश्रीसमवेत मी त्यांना भेटायला गेलो. तेव्हा बोलताना भाग्यश्रीने तिच्या पीएच.डी.संदर्भात माहिती मालिनीताईंना दिली.

त्यावर मालिनीताईंनी ''सुगम संगीत गायला अजिबात सोपं नसतं'' असं सांगत म्हणाल्या की, ''बाबूजींचं 'तोच चंद्रमा नभात' मी गाऊन पाहायचे; पण नंतर सोडून दिलं.''

त्या 'सुगम संगीत' या विषयावर फार सुरेख आणि उपयुक्त बोलल्या. ''तुमचं हे चिंतन मला लिहून द्याल का?'' असं भाग्यश्रीने विचारताच त्या म्हणाल्या, ''तुम्हीच हे उद्या लिहून आणा, मी वाचून त्यावर सही करीन!''

भाग्यश्रीने दुसऱ्या दिवशी त्यांचं सर्व प्रतिपादन जसंच्या तसं आणि सुंदर अक्षरात लिहून आणलं. ते पाहून मालिनीताई खूश झाल्या आणि त्यांनी त्यावर आनंदाने सही केली. भाग्यश्रीने तिच्या प्रबंधात याचा 'विशेष बाब' म्हणून खास समावेश केला. प्रबंध पूर्ण होऊन आणि साक्षात सुधीर मोघे यांनी अंतिम परीक्षा घेतल्यावर अखेर तिला पीएच.डी. मिळाली, आणि तिचं एक स्वप्न पूर्ण झालं! हे माझ्यासाठी खूप समाधानाचं होतं. मी तिला केलेल्या मदतीची तिला पूर्ण जाणीव होती, आणि हे जाणून मला अधिक समाधान मिळालं.

आजही भाग्यश्रीबरोबर माझे जिव्हाळ्याचे संबंध आहेत. बाबूजींप्रती माझी निष्ठा, त्यांचं स्मरण आणि त्यांच्या संगीताचा प्रसार करण्याचा माझा ध्यास यामुळेच हे काम शक्य झालं.

# मागते मन एक काही, दैव दुसरे घडविते

वेगळ्या वाटेवर मी चालू लागलोय हे खरंतर मला समजत नव्हतं... कळतच नव्हतं मी काय करतोय! १९९८पासून माझ्या गायनकलेचा उतरता प्रवास सुरू झाला होता.

## गीतरामायण सेवा

याच सुमारास टीव्हीसाठी *'गीतरामायण'* कार्यक्रमातलं एखादं गाणं मी म्हणावं असं गोडसे व्हायोलिन विद्यालयाचे सर्वेसर्वा व तबलावादक नंदू गोडसे यांनी सुचवलं. हा उपक्रम बरेच दिवस सुरू होता. त्याने आधीदेखील प्रयत्न केले होते; पण काही कारणाने योग येत नव्हता.

एकदा ते म्हणाले, ''अहो श्रीपादजी, गीतरामायण संपायला आले आहे. आतातरी एखादे गाणे म्हणा!'' तेव्हा अखेरीस मला 'त्रिवार जयजयकार रामा' हे पूर्ण गाणं गायची संधी मिळाली. म्युझिक ट्रॅकवर गायचं होतं आणि मग व्हिडिओ शूटिंग होतं. रामाच्या कृपेने हे काम पार पडलं. याचे टेलीकास्ट संपूर्ण महाराष्ट्रात दिसले. यात आमचे अजित सोमण सामील होते. त्यांचीही खूप मदत झाली. आमचे दोघांचे चालताना, पान कट्ट्यावर भरपूर वैचारिक आदानप्रदान व्हायचे. खूप चांगल्या अभ्यासपूर्ण गोष्टी कळायच्या. नकळत त्याचे संस्कार व्हायचे. याचा पुढच्या वाटचालीत उपयोग होईल ही कल्पना तेव्हा नव्हती. मी गाण्यापासून दूर जात असल्याने वेगळं काहीच ठरवत नव्हतो. सोमण सर चालताना म्हणायचे, ''तू काही ठरवू नकोस. सर्व आपोआप घडतं.''

मी 'बरं' म्हणायचो आणि तसा योग येत गेला.

## संगीताच्या नव्या वाटा

एकदा अजित सोमण यांचे मित्र आणि 'सुगम'मध्ये सहभागी झालेले अजित आणि अमृता सातभाईंनी मला घरी बोलावले. त्या वेळी अमृता एकपात्री नाटक करत होत्या. 'त्यातील काही चाली मी तयार करू शकतो का,' असं त्यांनी विचारलं. अमृता ज्येष्ठ गायिका कुमुदिनी पेडणेकर यांची कन्या, संगीत आणि नाटकाची उत्तम जाण असलेली कसलेली कलाकार! मी प्रयत्न करण्याचे कबूल केले. अजित सोमणांना मी मदतीची विनंती केली आणि ते नेहमीप्रमाणे आनंदाने 'होय' म्हणाले.

मी आजवर 'सुगम' किंवा इतरत्र चाली तयार करण्याचं धाडस केलं नव्हतं (अपवाद 'सिंड्रेला' या संगीत नाटकाचा). लेखिका मंगला गोडबोले लिखित 'मी या घराची राणी' या अमृता करत असलेल्या एकपात्री नाटकासाठी मी *'रामाचा पाळणा'* आणि *'तुकारामांचा अभंग'* यांसाठी चाली बांधण्याचा प्रयत्न केला. अमृताताईंना गाता येतील आणि नाटकाला साजेशा ठरतील अशा त्या चाली अजित - अमृता सातभाई आणि सोमण सरांना ऐकवल्या. त्यांना त्या खूप आवडल्या आणि त्यांनी लगेचच नाटकाच्या रिहर्सलमध्ये म्हणून दाखवायला सांगितलं. मला या संधीने एक नवी दिशा मिळाल्याची जाणीव झाली. अजित सातभाई म्हणायचे, ''तुझ्या हृदयात संगीत आहे, ते उपसून काढायला हवं.''

## रॉय किणीकरांचे 'रात्र उत्तररात्र' : नवीन पाऊल

त्याच अनुभवातून अजित सातभाईंनी २००८मध्ये मला 'रात्र उत्तररात्र' या रॉय किणीकरांच्या रुबायांसाठी संगीत द्यायला सांगितलं. त्याची सीडी तयार करायची होती. यामुळे मी पुन्हा एकदा उत्साहाने चांगल्या कामाला लागलो. या संदर्भातल्या काही बाबी मी सोमण आणि सातभाईंकडून शिकून घेतल्या. ''प्रयत्न करून बघ... चुकलं तर मी आहे,'' या सोमण सरांच्या शब्दांनी धीर यायचा. निर्माते म्हणून रॉय किणीकरांचे सुपुत्र अनिल लक्ष ठेवून होते.

खरंतर मी कधी रुबाया गायलो नव्हतो, संगीत देणं तर फार दूरची गोष्ट वाटत होती. मी कागदावर रुबाया लिहून, चालता-चालता व व्यायामाच्या वेळी पाठ करू लागलो आणि चालीवर गुणगुणू लागलो. दोन-तीन रुबायांवर थोडं काम झाल्यावर त्या प्रथम सोमण आणि सातभाई यांना ऐकवल्या. त्या ऐकून काम योग्य दिशेने जात आहे याची त्यांना खात्री पटली आणि 'जा पुढे!' असे त्यांच्याकडून प्रोत्साहन मिळाले.

त्यामुळे माझा आत्मविश्वास वाढला आणि मी जोमाने कामाला लागलो. म्हणता-म्हणता दहा रुबाया तयार झाल्या. तेवढीच या अल्बमची गरज होती. 'अलूरकर म्युझिक'चे सुरेश अलूरकर हे अल्बम करणार होते. त्यांनी सीडीसाठीच्या दृष्टिकोनातून त्या ऐकल्या आणि आनंद व्यक्त केला. रॉय किणीकर यांचे चिरंजीव अनिल किणीकरदेखील ऐकून प्रभावित झाले. अलूरकरांनी या रुबायांचे रेकॉर्डिंग करण्याचे ठरवले. निवेदनाची जबाबदारी अजित आणि अमृता सातभाईंनी घेतली.

हा माझ्यासाठी एक अनोखा अनुभव होता. मुख्य गायिका अनुराधा कुबेर होत्या आणि मीदेखील काही रुबाया गाणार होतो. दत्तवाडीत नंदू पोळ यांच्या स्टुडिओत रेकॉर्डिंग करण्याचं ठरलं. केदार परांजपे बॅकग्राउंड स्कोअरसाठी आणि स्क्रीन, व्हायब्रोफोनसाठी होते. तानपुऱ्याच्या साथीने दहा रुबायांचं रेकॉर्डिंग पूर्ण झालं. अजित सोमण यांच्या मार्गदर्शनाखाली अंतिम निवेदन आणि संगीत दिल्यानंतर 'रात्र उत्तररात्र' ही ऑडिओ सीडी कव्हरसकट तयार झाली. अनिल किणीकर यांच्या घरी सर्व जण एकत्र आलो आणि सीडी ऐकली. सर्वांनाच ती खूप आवडली. सातभाई यांनी आपल्या घरी एक छोटीशी पार्टी ठेवून हा आनंद साजरा केला.

आता अलूरकर यांनी पुढील पावले उचलायची होती. पण काही दिवसांतच एक दुःखद बातमी मिळाली – सुरेश अलूरकर यांचा खून झाला. आम्ही सर्व जण अवाक् झालो! साहित्य, संगीत आणि नाट्यसृष्टीत योगदान दिलेल्या या व्यक्तीचा असा दुर्दैवी अंत का झाला, हेच समजत नव्हतं. एक अत्यंत साधे आणि जाणते व्यक्तिमत्त्व असे पाशवी हल्ल्यात गेले होते, हे स्वीकारणे कठीण होते. नवीन कलाकारांना आधार देणारे, बुजुर्ग कलावंतांना पाठबळ देणारे अलूरकर अचानक काळाच्या पडद्याआड गेले – ही सांस्कृतिक क्षेत्राची मोठी हानी होती.

या घटनेमुळे 'रात्र उत्तररात्र' मास्टर सीडी अलूरकरांकडेच राहिली आणि ती पुढे प्रकाशित झाली नाही. माझ्या पहिल्या मोठ्या संधीला असं गालबोट लागलं, त्यामुळे साहजिकच मला अतोनात दुःख झालं. अनिल किणीकर यांनी हा प्रकल्प पुढे न्यायला हवा होता, असं मला वाटलं. पण त्यांच्याकडून काहीच प्रतिसाद मिळाला नाही.

अजित सातभाई आणि सोमण सरांसोबत माझं मन मोकळं केलं. एक सुंदर कलाकृती पूर्ण होऊनही ती पुढे पोहोचू शकली नाही, ही खंत मनात राहिली. तरीही, या संपूर्ण प्रवासातून मी बरंच काही शिकलो. ही संधी, हा अनुभव, आणि या आठवणी कायमच मनात राहतील.

गुरू पंडित रामचंद्र विनायक पटवर्धन

स्वरराज छोटा गंधर्व

भाग्यवान भेट : मध्यभागी छोटा गंधर्व, उजवीकडे गुरुजी आणि मी

आदर्श आणि गुरुस्थान : सुधीर फडके

बाबूजी आणि मी : सांगीतिक चर्चा करताना

जुन्या 'चैत्रबन'
कार्यक्रमातील
सहकाऱ्यांसमवेत

'चैत्रबन' शतक
महोत्सवात गाताना मी

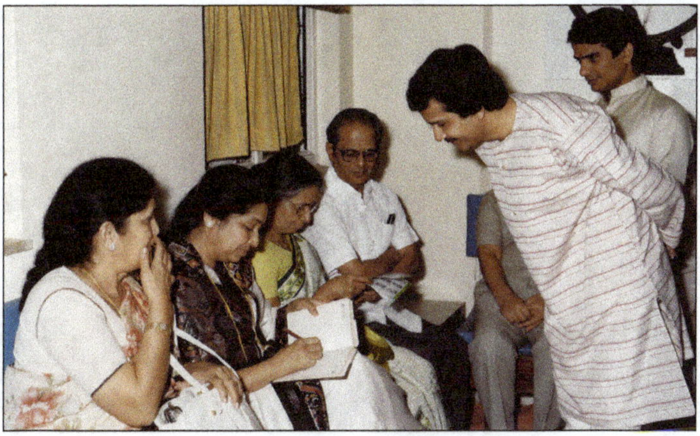

ग्रीनरूम मध्ये बाबूजी, ललिताबाई, आशा भोसले यांच्या समवेत मी

आशा भोसले यांच्या
हस्ताक्षरात मला
मिळालेला संदेश

आशा भोसले
यांच्या हस्ते सत्कार
होण्याचा सुवर्ण योग

भावसंगीताचे पितामह : (डावीकडून)
जे. एल. रानडे, गजाननराव वाटवे

गुरुपौर्णिमा २००७ गांधर्व महाविद्यालयाला
पं.वामनराव पाध्ये , सुधीर फडके यांचे फोटो अर्पण :
(डावीकडून) अजित सोमण, मी, कवी सुधीर मोघे

ज्येष्ठ गायिका
माणिक वर्मा यांना
गदिमा पुरस्कार
मिळाल्यानिमित्त
अभिनंदन करताना
संजय पंडित

चैत्रबन पुरस्कार
मिळाल्यानिमित्त श्रीधर
फडके यांचे अभिनंदन
करताना मी

कवी सुधीर मोघे यांच्या तपःपूर्ती कार्यक्रमात संगीतकार यशवंत देव यांचा आशीर्वाद

मालिनीताई राजूरकर, भागयश्री मुळे आणि मी, 'श्रेयस'मध्ये भेट

प्यारेलालजींबरोबरचा सुंदर क्षण त्यांच्या घरी

'आनंदघन' कार्यक्रम प्रसंगी साक्षात लता मंगेशकर, समवेत शांताबाई शेळके

ओपी नय्यर यांच्या कॉफी टेबल बुक प्रकाशन प्रसंगी पंडित शिवकुमार शर्मा यांच्या हस्ते सत्कार होण्याचा आनंद क्षण, सोबत रेडिओ सिलोनचे गोपाल शर्मा, फॅन क्लबचे रवींद्र केळकर

'आठवणीतल्या कविता' सादर करताना

'चिंटू'कारांनी केलेला 'आठवणीतल्या कवितां'चा सुंदर फ्लेक्स

संगीतकार, गायक राम फाटक यांची अनौपचारिक मैफल संजय पंडित यांच्या घरी

'सुगम'मधले आनंद क्षण

'वंशी नादनटी' उपक्रमात अजित सोमण
यांचे बासरी वादन, तबला साथ संजय पंडित

गीतरामायण उपक्रमात
मी, प्राजक्ता जोशी

मर्मबंधातली ठेव
उपक्रमात ज्येष्ठ
भावगीत गायिका
मालती पांडे,
गजाननराव वाटवे
आणि गाणं सादर
करताना मी

हार्मोनियम एक प्रकट
चिंतन उपक्रमात
डॉ. अरविंद थत्ते

बाबूजींना 'तुझे गीत गाण्यासाठी' कार्यक्रम अर्पण, सोबत प्रा. राम शेवाळकर

सुगम प्रथम वर्धापनदिन प्रसंगी रंगमंचावर : बाबूजी, राम फाटक, गजाननराव वाटवे, बाळ माटे, सुधीर मोघे

गाणं सादर करताना मी

'तुझे गीत गाण्यासाठी' ऐकताना बाबूजी, ज्येष्ठ म्युझिक अरेंजर शामराव कांबळे

ग्रीन रूममध्ये :
मी, बाबूजी,
प्रा. राम शेवाळकर,
गजाननराव वाटवे

ग्रीन रूममध्ये
हास्यविनोदात रमलेले
(उजवीकडून) बाबूजी,
मी, शामराव कांबळे,
संजय पंडित,
शिरीष क्षीरसागर

'अमृताची गोडी'
कार्यक्रमात निवेदकाच्या
भूमिकेत मी

'अमृताची गोडी' कार्यक्रमात रंगमंचावर : पंडिता रोहिणी भाटे, गजाननराव वाटवे, प्रभाकर जोग, मी

संगीतातील भावसौंदर्य कार्यक्रमात ज्येष्ठ गायिका प्रभा अत्रे यांचे स्वागत करताना अजित सोमण, सोबत गजाननराव वाटवे

'देवगाणी' कार्यक्रमात : डावीकडून– यशवंत देव, गजाननराव वाटवे, अजित सोमण

पं. रातंजनकरांच्या बंदिशी या मालिनी
ताईंच्या कार्यक्रमात ग्रेट भेट :
कथ्थक नृत्यांगना पंडिता रोहिणी भाटे

पं. रातंजनकरांच्या बंदिशी या
कार्यक्रमात : चित्रकार रवी परांजपे
यांचे स्वागत

ऋतुरंग कार्यक्रमात :
पं. विजय सरदेशमुख,
अश्विनी टिळक,
डॉ. माधुरी जोशी

श्रीधर फडके यांच्याबरोबर
गप्पांची मैफल

'उत्सव स्वरांचा'
कार्यक्रमात श्रीधर
फडके यांचे गायन

हिंदू महिला सभेच्या
सुप्रिया दामले सत्कार
करताना

बाबूजी आणि ललिताबाई

# आठवणीतल्या कविता : एक कहाणी

## आठवणीतल्या कवितांचा प्रवास

### एका कलाकाराचा ध्यास : २०११ ते २०१३

''काम कधी वाया जात नाही,'' असं म्हणत दोन्ही अजित यांनी *आठवणीतील कविता* या कवितासंग्रहाचे चार भाग माझ्या हातात दिले आणि म्हणाले, ''तू कवितांची निवड कर, त्यांना चाली दे, आणि मग आपण यावर चर्चा करायला बसू.''

तेव्हाच्या मनःस्थितीत मला ते फारसं पटलं नव्हतं. पण त्यांच्या प्रेमामुळे आणि आग्रहामुळे मी परत प्रयत्न करू लागलो. एक मन मागे खेचत होतं आणि एक पुढे धावत होतं. मी कवितासंग्रह अभ्यासत होतो... त्यावर मनन-चिंतन करत होतो... हळूहळू डोक्यात चक्र फिरू लागलं!

रंगमंचीय गाण्याचे दोर सैल झाले तरी त्याच्याशी जोडलेली आणि आवडीची कामं मी करत होतो. वळणावळणांवर 'आपली' माणसं भेटत गेली, नवीन संधी मिळत गेल्या. आता मागे वळून बघताना जाणवतं की, मी रंगमंचीय सादरीकरणात अडकून राहिलो असतो तर ही नवनवीन कामं मी केली असती का? जे घडतं ते चांगल्यासाठीच म्हणायचं. दोन तानपुऱ्यांत बसून गाणं आणि हार्मोनियम वाजवून गाणं सादर करणं हे स्वप्नं मात्र निसटून गेलं याची कुठेतरी खंत आहेच!

मी प्रथम २५ कविता निवडल्या आणि त्या घेऊन सोमण सरांकडे गेलो. सोमण सरांना डायबेटीसचा त्रास होता, बरं वाटत नव्हतं, त्यामुळे त्यांनी मला

काही दिवसांनी यायला सांगितलं. म्हणाले, ''जरा सवडीने पाहतो.''

मात्र, त्यांच्या तब्येतीमुळे त्यांना वेळ मिळेल की नाही, याची शंका वाटत होती. ठरल्या दिवशी ठरल्या वेळी गेलो तर सोमण सरांनी हातात पुस्तकं, निवडीचा कागद आणि स्वतःच्या हस्ताक्षरातील प्रतिक्रिया माझ्या हाती दिल्या. मी तो कागद उचलला; पण सरांच्या प्रकृतीकडे पाहून अंतःकरण गलबलून गेलं.

मी निवडलेल्या सर्व कविता प्रथम हाताने लिहून काढल्या होत्या. त्यावर खूप चिंतन केलं. काही चाली तयार झाल्या. पण माझा आवाज अगदीच योग्य नसल्याने त्या रेकॉर्ड करून ऐकवायच्या कशा...? मग माझ्या सहकारी ज्येष्ठ गायिका माधुरी जोशी यांना विनंती केली, की तुमच्या शिष्यांपैकी कुणी मला मदत करेल का? त्यांच्या शिष्या मुग्धा पाध्ये आणि ऋतुजा फाटक यांना तानपुऱ्यावर काही चाली शिकवायला घेतल्या. म्हणता-म्हणता दहा चाली तयार झाल्या. काही रिहर्सलनंतर मी, अजित सातभाई आणि सोमण सरांना त्या ऐकायची विनंती केली.

अजित सातभाईंच्या घरी फक्त तानपुऱ्यावर मुग्धा पाध्ये आणि ऋतुजा फाटक यांनी त्या सादर केल्या. सोमण सर प्रभावित झाले. ते म्हणाले, ''जा पुढे...काही चुकलं तर सांगतो.'' हे ऐकून बरं वाटलं.

मी पुढच्या कवितांच्या चिंतनात रमलो. हा कार्यक्रम स्टेजवर आणायचा होता. त्यासाठी सोमण सरांचं मार्गदर्शन महत्त्वाचं होतं. कार्यक्रमाची संहिता ते स्वतः लिहिणार होते आणि निवेदनही तेच करणार होते. मी मोजक्या वाद्यांच्या साथीमध्ये कवितांचा कार्यक्रम सादर करण्याचा विचार केला. वीस गाणी तयार झाली होती. पुढील टप्प्यात जायला हवं होतं; पण अचानक सोमण सरांची तब्येत खालावली. काम पुन्हा ठप्प झालं. त्यांना हॉस्पिटलमध्ये अॅडमिट केलं. काही दिवस बरं वाटत होतं. नंतर मात्र प्रकृती ढासळली. पुन्हा अॅडमिट करावं लागलं. आणि... जे व्हायला नको होतं, ते झालं...

सोमण सर गेले!

माझे हातपाय पार गळाले... काहीच सुचेनासे झाले... इतक्या वर्षांचा आधार हरपला... गाणं शिकवणारे, पुढे नेणारे सर हरवले... ते दुःख शब्दांत मांडणं कठीण होतं. 'सुगम' काळाच्या ओघात निघून गेली... सोमण सरही गेले... माझं लहानपणापासून जपलेलं गाणंही संपलं. आता काय उरलं? मी पूर्णतः खचून गेलो होतो.

काही दिवस तसेच गेले.

माझ्या सहकारी माधुरी जोशी, ज्या सुगमच्याही कलाकार होत्याच, त्यांना माझी अवस्था, तगमग लक्षात आली. मदतीचा हात पुढे करत त्यांनी विचारलं, ''मी *'आठवणीतील कवितांची'* संहिता लिहिली तर चालेल का?''

माझ्या पुढच्या कामाला गती मिळावी म्हणून त्या मदतीला आल्या. त्या एकेक करत संहिता लिहू लागल्या आणि माझ्याकडे पाठवत गेल्या. त्यांना माझं झालेलं काम वाया जाऊ द्यायचं नव्हतं. म्हणून त्या प्रमाने माझ्या पाठीशी उभ्या राहिल्या. त्यांच्याविषयी कृतज्ञता व्यक्त करावी तेवढी कमीच आहे. मी अजून पूर्ण सावरलो नव्हतो. पण हळूहळू जाणवलं... काहीतरी करायला हवं! *'आठवणीतल्या कवितां'*चा कार्यक्रम पुढे नेणे हा योग्य मार्ग होता. कारण यातून सोमण सरांविषयीदेखील कृतज्ञता व्यक्त करणे मला शक्य झाले असते.

## ...आणि आठवणीतल्या कविता रंगमंचावर आल्या!

*'आठवणीतल्या कवितां'*चा पहिला जाहीर कार्यक्रम करण्याचा विचार करताना अनेक अडचणी समोर होत्या. कार्यक्रमासाठी आवश्यक यंत्रणा, आर्थिक दडपण, आणि सर्वांत मोठा प्रश्न – प्रेक्षक येतील का? कारण, मी नवखा संगीतकार होतो. मनात खळबळ सुरू झाली. या अनिश्चिततेच्या वेळी माझा जुना मित्र, चिंटूकार प्रभाकर वाडेकर, माझ्या पाठीशी खंबीरपणे उभा राहिला.आमचा रोजचा कट्टा 'रूपाली'मध्ये असल्याने कार्यक्रमावर चर्चा सुरू झाली.

कार्यक्रमाला गती मिळावी म्हणून आधी त्याची तारीख पक्की केली. २ फेब्रुवारी २०११ रोजी बालशिक्षण मंदिरच्या सभागृहात *'आठवणीतल्या कवितां'*चा पहिला जाहीर कार्यक्रम करण्याचे ठरले. सोमण सरांना आदरांजली वाहण्यासाठी त्यांच्या स्मृतिदिनीच हा सोहळा आयोजित करायचा होता. संगीतकार आणि वादक अनय गाडगीळवर संगीत संयोजनाची जबाबदारी सोपवली. आमचं ट्युनिंग अगदी पहिल्या भेटीतच एकदम जमलं, आणि मग आम्ही त्याच्या घरी बसून तयारीला सुरुवात केली. त्याने त्याचं काम चोख पार पाडलं.

अनुराधा कुबेर, प्राजक्ता जोशी, प्राची ओक आणि अनुराधा मराठे या माझ्या जुन्या सहकारी होत्या, त्यांची निवड गायला केली. प्रमोद रानडेही काही गाणी सादर करण्यासाठी आनंदाने सामील झाला. सर्वांना माझ्या पद्धतीने गाणी शिकवली, आणि त्यांनी ती उत्तम साकारली. म्युझिशियन्सबरोबर रिहर्सल्स झाल्या. निवेदनाची जबाबदारी 'सुगम'च्या संजय पंडित आणि स्वाती क्षीरसागर

यांच्यावर सोपवली. प्रभाकरने कार्यक्रमाच्या प्रत्येक टप्प्यावर अतोनात मेहनत घेतली. रंगमंचामागील फ्लेक्स डिझाइनसाठी चिंटूकार चारुहास पंडित आणि प्रभाकर वाडेकर या दोघांनी विशेष कष्ट घेतले आणि अत्यंत देखणे, सुबक फ्लेक्स तयार केले. कार्यक्रमाचं नियोजन अगदी वेधक आणि वेळेचं भान ठेवून केलं होतं.

कार्यक्रम सुरू व्हायच्या आधीच प्रेक्षकांनी रांगा लावल्या होत्या आणि पाहता-पाहता बालशिक्षण मंदिराचा हॉल 'हाउसफुल्ल' झाला! माझ्यासाठी हा सुखद धक्का होता. सोमण सरांना वंदन करून कार्यक्रमाची सुरुवात झाली.

आठवणीतल्या कविता भरगच्च गर्दीत श्रोत्यांपुढे सादर झाल्या. त्याचे जोरदार स्वागत झाले. बाहेरची गर्दी प्रभाकर वाडेकर आणि मकरंद लेले (दादा) यांनी सांभाळली. शिव्याशापही मिळाले... काहींनी दरवाजावर अगदी लाथाही मारल्या! माझे काही निमंत्रित आत येऊ शकले नाहीत याचं वाईटही वाटलं. श्रोत्यांच्या उत्स्फूर्त प्रतिसादामुळे लगेचच, १६ फेब्रुवारीला दुसऱ्या कार्यक्रमाची मागणी आली, आणि तोही तितक्याच यशस्वीपणे याच ठिकाणी सादर झाला.

या यशाचं श्रेय प्रभाकर, माधुरीताई, सातभाई, सोमण सर आणि संपूर्ण टीमला जातं. कलाकारांच्या जिव्हाळ्याने आणि समर्पणाने हे शक्य झालं. जाणकार श्रीकांत मोघे, रेडिओच्या अभ्यासू अधिकारी प्रभा जोशी यांनी उपस्थित राहून दाद दिली आणि माझ्यावरील व कवितांवरील प्रेम व्यक्त केले. नवीन गाण्यांना उत्स्फूर्त प्रतिसाद मिळाला याचा आनंद झाला.

ज्येष्ठ व्हायोलिन वादक प्रभाकर जोग म्हणाले, "तुम्ही अगदी पापी आहात! हे काम इतक्या उशिरा का केलं? खूप आधी करायला हवं होतं!"

श्रीकांत मोघे म्हणाले, "हे उंबराचं फूल इतके दिवस काय करत होतं?"

दिग्गजांचे आशीर्वाद मिळणे हा एक शुभशकून होता. 'आठवणीतल्या कवितां'चा प्रवास हा केवळ एक कार्यक्रम न राहता, माझ्या संगीत कारकिर्दीतील एक महत्त्वाचा टप्पा ठरला.

आठवणीतल्या कवितांच्या जन्माबरोबर घडलेली ही कहाणी लक्षात राहण्याजोगी झाली असं मला मनोमन वाटतं. सर्व कलाकार, मित्र यांच्याबरोबर प्रेमाचे, जिव्हाळ्याचे संबंध असल्यानेच हे घडलं. त्यांच्या ऋणातच राहणे मी पसंत करीन!

## आठवणीतल्या कविता : अल्बमकडे यशस्वी वाटचाल

*'आठवणीतल्या कविता'* या माझ्या नवीन संकल्पनेच्या रेकॉर्डिंगच्या रूपाने कायमस्वरूपी नोंदी व्हाव्यात, तिची स्वतंत्र ओळख निर्माण व्हावी, यासाठी मी प्रयत्नशील होतो. मात्र, या संकल्पनेच्या प्रत्यक्ष साकारासाठी आर्थिक बाजू फार महत्त्वाची होती. कार्यक्रमाच्या निमित्ताने कवितांच्या संगीतमय बांधणीच्या तालमी झाल्या होत्या; पण आता या निर्मितीला मूर्त स्वरूप देण्यासाठी धडपड सुरू झाली होती. प्रत्येक गोष्टीसाठी चाचपणी, शोधाशोध सुरू होती.

योगायोगाने, माझ्या या उपक्रमाची कल्पना बोलता-बोलता माझ्या जुन्या मित्राच्या – चंद्रशेखर पोतनीसच्या – कानांवर गेली. संकल्पना ऐकताच, तो मदतीसाठी धावून आला. त्याने त्याच्या मित्राला आणि क्लायंट असलेल्या मराठे ज्वेलर्सचे मिलिंद मराठे यांना माझ्या प्रकल्पाविषयी सांगितलं. त्यांनी माझी कल्पना लक्षपूर्वक ऐकली आणि त्यांना ती खूपच आवडली. मी त्यांना काही गाण्यांची झलक ऐकवली, आणि त्या क्षणीच त्यांनी कोणतीही अट न लावता या उपक्रमासाठी मदतीचा हात पुढे केला. याशिवाय, त्यांनी दीड हजार सीडी त्यांच्या डायमंड कस्टमर्ससाठी स्वतः घेण्याची आकर्षक ऑफर दिली! शिवाय, आमच्या 'रूपाली' कट्ट्यावर नियमित येणारे ज्येष्ठ मित्र माधव लिमये यांनीदेखील आपुलकीने आर्थिक मदत देऊ केली. या उदार मदतीमुळे मोठं आर्थिक संकट हलकं झालं... एक निश्चिंती आली!

कार्यक्रमाच्या अनुभवातून शिकत, मी सीडीच्या निर्मितिप्रक्रियेत काही बदल करण्याचे ठरवले. आधीच्या अनुभवावरून आणि दर्जा उंचावण्यासाठी मी अनुराधा कुबेर, प्राजक्ता जोशी, प्राची ओक, आणि सुगम संगीत क्षेत्रातील माझी सहकारी अपर्णा केळकर यांना सहभागी करून घेतलं.

एका कार्यक्रमात रघुनंदन पणशीकर यांचे गायन ऐकण्याचा योग आला. त्यांचा आवाज आणि अभिव्यक्ती खूप आवडल्याने मी त्यांच्या घरी जाऊन काही चाली ऐकवल्या. त्यांनी त्यांच्या शैलीला साजेशी दोन गाणी गाण्यास सहमती दिली. त्याच वेळी, त्यांनी मला राजेश दातार यांचे नाव सुचवले. राजेश हा माझा गुरुबंधू असल्याने मी त्याच्याकडेही पोहोचलो आणि त्याला काही गाणी ऐकवली. तोदेखील तयार झाला.

त्यानंतर मी अनय गाडगीळबरोबर बसून काही गाण्यांतील बदल तसेच संपूर्ण सीडीच्या दृष्टीने काही संगीत अ‍ॅरेंजमेंटसंबंधित बाबींवर चर्चा केली. काही

मोजक्या तालमींमध्ये या सर्व बाबी बसवण्यात आल्या. या सर्व प्रक्रियेत सुधीर गाडगीळ यांच्या निवेदनाचा मोठा वाटा होता, आणि त्याचं रेकॉर्डिंग स्वतंत्रपणे करण्याचं ठरलं.

## रेकॉर्डिंगचा दिवस : एक अविस्मरणीय अनुभव

२६ नोव्हेंबर २०१२ रोजी बालशिक्षण सभागृह येथे सकाळपासूनच तयारीला सुरुवात झाली. मला सर्वांची गाणी वादकांसह लाईव्ह रेकॉर्ड करायची होती आणि तीदेखील एका दिवसात! वाद्यमेळ, बॅलन्सिंग आदी सर्व पूर्वतयारी झाली. सकाळी नाश्त्यापासून ते रात्रीच्या जेवणापर्यंत संपूर्ण व्यवस्था तिथेच ठेवण्यात आली होती, जेणेकरून कोणीही बाहेर जाण्याची गरज भासू नये आणि वेळेची बचत व्हावी.

शेवटी, एकेक करत सर्व २१ गाण्यांचं रेकॉर्डिंग रात्री ११ वाजेपर्यंत पार पडलं. एवढ्या मोठ्या प्रमाणात एका दिवसात संपूर्ण रेकॉर्डिंग पूर्ण होणे हे स्वतःच एक रेकॉर्ड म्हणावं लागेल! या प्रवासात माझे बालमित्र रवींद्र केळकर आणि शेखर पोतनीस यांनी मोठी साथ दिली. बार्स अँड टोनच्या अतुल ताम्हनकर आणि महेश यांनी नेहमीप्रमाणे याही वेळी माझ्या पाठीशी उभे राहून संपूर्ण मदत केली, त्यामुळे हे मोठं काम सुसह्य झालं. सुधीर गाडगीळ यांचं निवेदनाचं रेकॉर्डिंग B/T मध्ये करण्यात आलं, आणि या सर्व प्रक्रियेसाठी प्रभाकर वाडेकरही आवर्जून उपस्थित होता.

रेकॉर्डिंग पूर्ण झाल्यावर पुढील टप्पा होता एडिटिंग आणि सीडीच्या निर्मितीकडे वाटचाल! एडिटिंगचं काम धनंजय साठे यांच्या स्टुडिओत पार पडलं. त्यांना ओंकार बेंद्रेने साहाय्य केले. मकरंद केळकरने सीडीची छपाई आणि इतर सर्व बाबतीत मोलाची मदत केली.

## वेध प्रकाशनाचे...

सीडीसंदर्भात सर्व कामं यथोचित पार पडल्यावर मला आता प्रकाशनाचे वेध लागले. सीडीच्या प्रकाशनासाठी मला कवी सुधीर मोघे हवे होते, कारण ते '*चैत्रबन*'पासून मला ओळखत होते. मी त्यांची वाट पाहत होतो. ते काही दिवस परदेशात होते. ते परत आल्यानंतर मी त्यांची भेट घेतली. मी धाडसाने केलेलं सर्व काम ते प्रकाशन कल्पना याविषयी त्यांच्याशी भरभरून बोललो. ते त्यांनी आनंदाने प्रकाशन करण्याची तयारी दर्शवली. मात्र, त्याआधी त्यांना सीडी ऐकायची होती.

'सीडी मी ऐकतो आणि पुढच्या आठवड्यात आपण परत भेटू' म्हणत आमची भेट आवरती घेतली. दोन-तीन दिवसांनी मोघ्यांचा दुपारी अचानक फोन आला. ''श्रीपाद, काय करतो आहेस? ऐक जरा...'' म्हणत माझ्या सीडीमधलं गाणं मला ऐकवलं. ''तुझी सीडी ऐकत बसलो होतो. तू केलेलं काम मला खरंच खूप आवडलं आहे. चल भेटू कॉफीला!''

हा जिव्हाळा, कलेबद्दल प्रेम, उत्साह वाढवणारी पाठीवरची थाप! त्यांनी कौतुक केलं आणि काही सूचनादेखील केल्या.

## प्रकाशनाची तारीख ठरवताना आणखी एक दुर्दैवी घटना!

मी या आनंदात असतानाच त्यावर विरजण पडलं! मिलिंद वाडेकरचा रात्री फोन आला... ''तू कुठं आहेस? ताबडतोब दीनानाथ हॉस्पिटलमध्ये ये... प्रभाकर गंभीर अवस्थेत आहे.''

माझ्या पायाखालची जमीनच सरकली... दिनानाथमध्ये जाताच समजलं, की फारशी आशा नाही. त्याचे वडील दहा दिवसांपूर्वीच वृद्धापकाळाने गेले होते... आणि त्यांच्या दहाव्याच्या दिवशीच, १५ जून २०१३ रोजी प्रभाकरही आम्हां सर्वांना सोडून गेला. 'प्रभाकर वाडेकरचं निधन झालं...' हा धक्का माझ्यासाठी प्रचंड मोठा होता! जिवाला जीव देणारा, मदतीस कायम तत्पर असा प्रभाकर आपल्यात नाही... यावर आमचा कोणाचाही विश्वास बसेना! दिनानाथमध्ये मोघेदेखील भेटले. तेही ही बातमी ऐकून हबकले होते. माझ्या आयुष्यातला हा काळाकुट्ट दिवस ठरला!

ज्याने मला *'आठवणीतल्या कवितां'*साठी हात दिला होता, तो प्रभाकर राहिला नाही – हे मला काहीकेल्या मान्यच होत नव्हतं. माझ्या कामाचं चीज व्हावं म्हणून धडपडणारा प्रभाकर असायला हवा होता. माझं व्हिजिटिंग कार्डसुद्धा त्यानेच बनवलं होतं. पुढच्या सर्व बाबी लक्षात घेऊन त्याने आधीच फिल्डिंग लावली होती आणि स्वतः मात्र आऊट झाला! 'मी देव आहे... तू काही काळजी करू नकोस, बाबा!' असं मला समजावणारा प्रभाकर देवाघरी गेला – हे मानायला मन तयारच नव्हतं. 'रूपाली'तील आमचा रोजचा कट्टा सुनसान झाला. सगळी मजाच निघून गेली... उरल्या फक्त आठवणी. आम्ही त्याच्या जाण्याने हतबल झालो होतो. त्याच्या उपस्थितीत पार पडलेलं रेकॉर्डिंग आठवलं, तो दिवस डोळ्यांसमोर उभा राहिला, आणि मन भरून आलं.

## प्रकाशन सोहळा : बाबूजींच्या जन्मदिनी

मोघ्यांनी माझी समजूत काढली... 'प्रकाशनाची तारीख ठरव' म्हणाले. मी जड अंतःकरणाने शेवटी, २५ जुलै २०१३ रोजी – बाबूजींच्या जन्मदिनी सीडी प्रकाशित करण्याचा निर्णय घेतला. प्रकाशन सुधीर मोघे करणार होते, मराठे ज्वेलर्सचे मिलिंद मराठे हे प्रायोजक होते. प्रकाशनाच्या दिवशी, सुधीर मोघे, सुधीर गाडगीळ, अरविंद थत्ते, अनुराधा मराठे यांच्या प्रमुख उपस्थितीत सोहळा संपन्न झाला. गायक-गायिकांची ओळख त्यांच्या या सीडीमधल्या गाण्यांची झलक ऐकवून करून दिली. सोनचाफ्याच्या परडीत सीडी ठेवून त्याच्या मंद सुगंधात सीडीचे प्रकाशन झाले. अर्थातच, या प्रसंगी प्रभाकरची उणीव तीव्रतेने जाणवली. हा अल्बम मी त्यालाच अर्पण केला. आम्ही सर्वांनीच प्रभाकर वाडेकरच्या आठवणी जागवल्या.

उत्तरार्धात, मी बाबूजींच्या गायकीवर दृकश्राव्य कार्यक्रम सादर केला. आपल्या दैवताचे जन्मदिनी स्मरण आणि मी संगीतकार म्हणून काम केलेल्या गाण्यांचे प्रकाशन हा एक अपूर्व योग साधला गेल्याचे समाधान मला मिळाले.

सीडीच्या निर्मितीबरोबरच तिच्या वितरणाचं नियोजन करणेही अत्यंत महत्त्वाचं होतं. एका हजार सीडींच्या व्यवस्थापनाची जबाबदारी माझ्यावर होती. मराठे ज्वेलर्स हे माझे प्रायोजक असल्याने त्यांनी त्यांच्या डायमंड कस्टमर्ससाठी दीड हजार सीडी घेतलेल्या होत्याच; त्या त्यांना सुपुर्द केल्या. याशिवाय, माझे मित्र, घरचे आणि हितचिंतक यांनीही या उपक्रमात मनापासून सहभाग घेतला. प्रत्येकाने त्यांच्या ओळखीच्या सर्कलसाठी २५ ते ५० सीडी घेतल्या आणि आपापल्या परीने त्या रसिकांपर्यंत पोहोचवल्या. त्यामुळे संपूर्ण नियोजन सहज पार पडलं आणि अपेक्षेपेक्षा अधिक चांगला प्रतिसाद मिळाला. सर्वांनी त्याचं मनःपूर्वक स्वागत केलं, आणि विविध ठिकाणी माझी ही सीडी जाऊन पोहोचली.

यूट्यूबच्या माध्यमातूनही ही गाणी अनेक रसिकांपर्यंत पोहोचली आहेत. त्यासाठी माझे तरुण मित्र अमरेन्द्र महागावकर आणि राहुल लिमये (USA) यांनी अतिशय आपुलकीने मला सर्व तांत्रिक मदत केली. पुणे आकाशवाणीसाठी नियमानुसार सर्व गाणी मी ॲप्रूव्ह करून घेतली. प्रभा जोशी आणि गौरी लागू यांच्या प्रयत्नांमुळे आकाशवाणीवर 'आठवणीतल्या कवितां'वर एक तासाभराचा विशेष कार्यक्रम सादर करण्यात आला.

ज्या आकाशवाणीवर बालपणी माझी कारकिर्द सुरू झाली तिथे मी स्वतः संगीत दिलेली गाणी सादर होणं ही माझ्यासाठी अतिशय आनंदाची बाब होती. संगीतकार म्हणून माझी कायमची नोंद या निमित्ताने आकाशवाणीत झाली. आजही आठवणीतल्या कवितांची ही गाणी अधूनमधून विविध रेडिओ स्टेशनवर ऐकायला मिळतात. यामुळे संगीतकार म्हणून माझी नवीन ओळख रसिक श्रोत्यांपर्यंत पोहोचली.

यूट्यूब आणि रेडिओच्या विस्तृत जाळ्यामुळे मी घेतलेली मेहनत आणि केलेली धडपड सार्थकी लागली. इतर कार्यक्रमांतून इतरांची गाणी गाणारा गायक या संपूर्ण प्रक्रियेत संगीतकार म्हणून स्वतःचं वेगळं अस्तित्व रसिकांपर्यंत पोहोचवू शकला. तसेच माझ्या पश्चात माझे असे काहीतरी अस्तित्व राहणार याचा मला नक्कीच आनंद झाला. मात्र, या संपूर्ण उपक्रमात काही मंडळी काही कारणाने नाराज झाली. मी काहीही हेतुपुरस्सर केलेलं नव्हतं; पण तरीही ते घडलं, याची खंत मनात नक्कीच आहे. पण, शेवटी 'कुछ पाने के लिए कुछ खोना पड़ता है' हेच सत्य आहे.

## आठवणीतल्या कविता : भाग दोन!

*'आठवणीतल्या कविता'* यशस्वी झाल्यावर दुसऱ्या भागाच्या तयारीसाठी मी उत्सुक होतो. मी व अजित सोमणांनी मिळून जवळपास ५० कविता पूर्वीच निवडल्या होत्या. त्यातील २१ गाणी पहिल्या भागात समाविष्ट झाली होती. पण त्यातली काही निवड जरा चुकलीदेखील होती. या नव्या पर्वात सुधीर मोघे यांचं मार्गदर्शन लाभणार होतं, त्यांच्या सल्ल्याने मी कवितांची निवड करणार होतो. मोघेंबरोबर काम ही कल्पनाच ऊर्जा देणारी होती.

पुढच्या भागात काही त्रुटी सुधारायच्या होत्या, अधिक बारकावे आणायचे होते, त्या संदर्भात मोघेंनी काही महत्त्वाच्या सूचना केल्या होत्या. मात्र, *'नाही गुंतून जायचे'* म्हणणारे मोघे त्यांच्या स्वतःच्या नव्या चित्रपटाच्या तयारीत अतिशय गुंतून गेल्याने या कामासाठी आम्हांला एकत्र बसणे काही साधत नव्हते. त्यामुळे प्रत्यक्ष कामाला सुरुवात होईना. या काळात त्यांच्या पत्नी शुभदा यांचीही तब्येत बरी नव्हती. वेळ पुढे सरकत राहिली... आणि मग एक दुर्दैवी वळण आलं...!

## एक अनपेक्षित आघात!

मोघे सर अचानक गंभीर आजारी पडले. त्यांना दीनानाथ रुग्णालयात दाखल करण्यात आलं. ते काहीसे बरे झाल्यावर मी त्यांना भेटायला गेलो. त्यांचं ते नेहमीचं हसरं, आत्मविश्वासाने भरलेलं व्यक्तिमत्त्व पाहून मनाला थोडासा दिलासा वाटला.

''लवकर बरे व्हा... पद्मामध्ये कॉफीला भेटू!'' मी म्हणालो.

त्यांनी मंद स्मित करत हात वर केला. पण नियती काही वेगळंच ठरवत होती.

काहीच दिवसांत त्यांची प्रकृती पुन्हा खालावली. आणि १५ मार्च २०१४ रोजी त्यांनी या जगाचा निरोप घेतला!

त्या दिवशी संपूर्ण सांस्कृतिक विश्व स्तब्ध झालं. पुलंसारखा बहुआयामी कलाकार गेल्यावर जसं वाटलं होतं तशीच दुःखद अनुभूती येत होती आणि सतत एकच विचार येत होता – 'मोघे! अहो हे शक्यच नाही!' कला क्षेत्रासाठी हा फार मोठा धक्का होता. कला क्षेत्रात काम करत पोट भरणाऱ्यांसाठी असे सांस्कृतिक आधार फार मोलाचे असतात.

चैत्रबन, स्मरणयात्रा, काही दृकश्राव्य कार्यक्रम मोघे यांनी लीलया रंगमंचावर आणले. या कार्यक्रमांमधून त्यांनी लेखन, गायन, वाचन अशा कितीतरी बाबींना स्पर्श केला आणि त्यांना सुवर्ण झळाळी दिली. मिळालेल्या यशातून अगदी सहजपणे त्यांना अलिप्त होता येत असे. मोघ्यांचं काम इतके अफाट आहे, की रंगमंचीय कार्यक्रम करणाऱ्यांना ते वर्षानुवर्षं पुरले आहे आणि पुरत राहील.

'चैत्रबन'पासूनचा सगळा काळ माझ्या डोळ्यांसमोरून तरळून गेला. एवढा मोठा कलाकार; पण माझ्यासारख्या एका छोट्या कलाकाराला सल्ला द्यायला, मार्गदर्शन करायला वेळ देणारा, चुका स्पष्ट सांगणारा, प्रेरणा देणारा एक मोठ्या मनाचा कवी, संगीतकार...

त्या दुःखद क्षणी एक मात्र निश्चित जाणवलं... त्यांचा आवाज, त्यांचं लेखन, त्यांचं संगीत – हे कायम स्मरणात राहणाऱ्या स्वरूपाचं आहे.

'*आठवणीतल्या कविता - भाग २*'चे सल्लागार कविराज सुधीर मोघे अनंताच्या प्रवासाला निघून गेल्याने या दुसऱ्या भागाचा प्रवासही थांबला आणि ही आठवलीतल्या कवितांची कहाणी इथेच सुफल संपूर्ण झाली!

# मी आणि दृकश्राव्य कार्यक्रम

''कलाकार हा सतत शिकत असतो, नवं काय करता येईल याच्या शोधात असतो. वेगवेगळ्या माध्यमातून बुद्धी सतेज ठेवणारे संस्कार घेतलेले असतात; चांगलं शिकवणारी मंडळी तुम्हांला समृद्ध करत असतात; त्यामुळे अगदी काहीही न ठरवता संधीदेखील आपोआप येत जातात,'' असं अजित सोमण म्हणायचे. या निमित्ताने अनेक उद्‌बोधक चर्चा व्हायच्या. अशीच एक संधी माझ्याकडे आली आणि मी नव्या प्रयोगांच्या दिशेने पाऊल टाकण्यास सिद्ध झालो.

## महाकवी गदिमा (२००२)

दरवर्षी १४ डिसेंबर रोजी 'गदिमा स्मृती समारोह' होत असतो. २००२मध्ये महाकवींवर एक छोटी फिल्म करायचं काम 'बार्स अँड टोन'कडे आलं. संजय दाबके, अतुल ताम्हनकर, विजेन्द्र पाटील, सोमण सर यांच्यासमवेत मीदेखील कामाला लागलो. अशा व्यक्तिमत्त्वावर फिल्म बनवताना 'काम कसं करावं' याचा वस्तुपाठच मला मिळाला, जो पुढे मला खरोखर अत्यंत उपयोगी पडला. काही नव्याने पाहायला, शिकायला, अनुभवायला मिळाल्यामुळे 'महाकवी' लक्षात राहिले.

त्यानंतर पुढील काळात एक नवीन सांस्कृतिक घटना नव्या उमेदीने कार्यरत झाली – 'मित्र फाउंडेशन'! २००४मध्ये डॉ. एस. व्ही. गोखले यांचे चिरंजीव आणि माझे मित्र धनंजय गोखले यांनी 'मित्र फाउंडेशन'ची स्थापना केली. या संस्थेचा उद्देश संगीताच्या सर्व चांगल्या आणि दर्जेदार प्रकारांना व्यासपीठ मिळवून देणे हा होता. या उपक्रमाचा शुभारंभ अत्यंत दिमाखदार पद्धतीने झाला. धनंजयने या

कार्यक्रमात नवे संकेत रुजवले – ज्येष्ठ कलावंतांचा आणि गुणीजनांचा 'गौरव निधी' देऊन सन्मान करण्याची प्रथा सुरू केली. दर्जेदार कार्यक्रमांच्या निर्मितीसाठी मित्रमंडळी त्याच्या समवेत होतीच!

मीही त्याच्या या उपक्रमात संपूर्ण मनाने आणि प्रेमाने सहभागी झालो. संगीत आणि कलाकारांविषयी त्याची आस्था पाहून त्याच्या सोबत राहणं हे मला अत्यंत आनंददायक वाटलं.

गांधर्व महाविद्यालय येथे बाबूजी आणि त्यांचे गुरू वामनराव पाध्ये यांच्या फोटो अनावरण प्रसंगी मी सादर केलेली 'बाबूजी' या दृकश्राव्य कार्यक्रमाची एक झलक धनंजयला आवडली होती आणि लक्षात राहिली होती. त्याने सुचवलं की, हा कार्यक्रम मित्र फाउंडेशनतर्फे अधिक मोठ्या प्रमाणात, व्यापक स्वरूपात सादर करता येईल. त्याचा पाठपुरावा तो जबाबदारीने करत होता. अखेर हा योग जुळून आला!

झलक सादर केल्यानंतर जवळजवळ तीन वर्षांनी ८ ऑगस्ट २०१० रोजी टिळक स्मारक मंदिर येथे झालेल्या कार्यक्रमात ही चित्रफीत सादर केली. सुधीर मोघे, प्रभाकर जोग, श्रीधर फडके ही दिग्गज मंडळी अर्थातच होती. पूर्वार्धात ही चित्रफीत दाखवण्यात आली, तसेच कविवर्य जगदीश खेबूडकर यांचा विशेष सत्कार करण्यात आला; बाबूजींवर पीएच.डी. केलेल्या भाग्यश्री मुळे यांचाही सत्कार या कार्यक्रमात करण्यात आला; तर उत्तरार्धात प्रभाकर जोग यांचं व्हायोलिन वादन आणि श्रीधर फडके यांचं गायन झालं. बाबूजींसमवेत काम केलेली बरीच मंडळी या निमित्ताने एकत्र आली हे पाहून फार बरं वाटलं. अर्थात, धनंजयच्या पुढाकारामुळेच हे शक्य झालं. या चित्रफितीच्या निमित्ताने मला आपण असं काही आगळंवेगळं काम उत्तम करू शकतो याची जाणीव झाली... आणि मला पुढची वाट सापडली.

हा कार्यक्रम रसिकांना भावतो आहे हे लक्षात आल्यावर पुढे 'बाबूजी' हा दृकश्राव्य कार्यक्रम मी एकट्याने सादर करत राहायचे ठरवले. माझे व माझ्या कुटुंबाचे गॉडफादर अरुण कर्णिक यांनी आणि त्यांच्या ज्येष्ठ नागरिक संघाने हा कार्यक्रम आयोजित करण्याचं ठरवलं होतं, आणि मी स्वतः त्याचं निवेदन करण्याचीही जबाबदारी घेतली.

या कार्यक्रमासाठी मी कुणाचीही मदत न घेता संपूर्ण स्क्रिप्ट लिहिली. तिच्यात थोडक्यात अधिक आशय असावा, शब्दबंबाळपणा टाळावा, आणि

रसिकांना बाबूजींच्या संगीताची गोडी लागावी याची विशेष काळजी घेतली... आणि 'बाबूजी' या नावाने हा कार्यक्रम सादर करायला सुरुवात झाली. जास्तीत जास्त बाबूजीप्रेमींना तो पाहता यावा हा या उपक्रमाचा मुख्य उद्देश होता. ही केवळ एक गोष्ट नव्हती, हे माझे श्रमसाध्य आणि श्रद्धापूर्वक केलेलं कार्य होतं; कारण त्यात बाबूजींशी संबंधित अनेक दुर्मीळ आठवणी आणि माहिती प्रेक्षकांना अनुभवायला मिळत होती. हा कार्यक्रम साकार करण्यात रवींद्र आपटे, सविता फाळके, कर्णिक काका माझ्या पाठीशी सतत उभे राहिले. 'बाबूजी' ही संकल्पना साकार करणारे मित्र धनंजय गोखले यांना विसरणं केवळ अशक्य! प्रकाश वर्तक यांनी फार कुशलतेने कार्यक्रमाचं एडिटिंग करून दिलं. या सर्वांच्या मदतीमुळेच मला पुढे जाणं शक्य झालं.

'बाबूजी' हा कार्यक्रम पुढे अनेक वर्षं विविध ठिकाणी मी करत राहिलो. रोटरीसारख्या बऱ्याच संस्थांनी, सोसायट्यांनी, विविध ट्रस्टनी या कार्यक्रमाचे आयोजन केले. खासकरून 'हिंदू महिला सभे'चा मदतीचा हात लक्षात राहण्याजोगा होता.

माझे गाणे दूर गेले तरी आता संगीतकार, निर्माता, लेखक, निवेदक अशा विविध भूमिका मला पेलता येऊ लागल्या. आधी मी जाहीरपणे बोलायला घाबरायचो तो श्रोत्यांसमोर निवेदन करू लागलो. आता अजून असेच आवडीचे विषय घेऊन मी पुढे जायला लागलो. गाणं सुरू असताना मी या नव्या विषयांत काम केलं असतं का... याची शंकाच वाटते. या चांगल्या संधी मला वेगळ्याच संगीत दालनात घेऊन गेल्या हे निश्चित!

## 'बाजे पायलिया' : एका संकल्पनेचा भव्य रंगमंचीय प्रवास

२०१२च्या अखेरीपासून माझ्या मनात एका नव्या रंगमंचीय कार्यक्रमाची कल्पना आकार घेऊ लागली. 'कोरिओग्राफी' हा विषय माझ्या मनात अनेक दिवसांपासून रुंजी घालत होता. मला लयीचं आकर्षण असल्याने नृत्य मला नेहमीच भावायचं. पंडिता रोहिणी भाटे यांच्या 'नृत्यभारती'मध्ये मी सुगम संगीत, नृत्य, लय याविषयी त्यांच्याशी बोललोदेखील होतो. त्यांचं नेहमीच अभ्यासपूर्ण आणि सकारात्मक मार्गदर्शन असायचं. मित्र फाउंडेशनच्या धनंजय गोखलेला नृत्यविषयक कार्यक्रमाची – 'बाजे पायलिया'ची कल्पना सांगितली आणि त्यानेही ती उचलून धरली. मी, धनंजय, आणि नव्याने मित्र झालेला एडिटिंग

एक्सपर्ट प्रकाश वर्तक – आम्ही तिघांनी *'बाजे पायलिया'* या कल्पनेला मूर्त स्वरूप देण्यासाठी कंबर कसली.

कार्यक्रमाची संकल्पना अतिशय भव्य होती... *'मधुबाला ते माधुरी दीक्षित... मुगले-ए-आझम ते देवदास'* – म्हणजेच लच्छू महाराज ते बिरजू महाराज आणि त्या सुवर्णकाळातील नृत्यगुरूंनी दिग्दर्शित केलेल्या हिंदी चित्रपट गीतांची नृत्यमय झलक सादर करायची. प्रसिद्ध अभिनेत्रींच्या नृत्यातील योगदानावर प्रकाश टाकणारा हा कार्यक्रम होता. कथ्थक, भरतनाट्यम, तांडव अशा शास्त्रीय नृत्यप्रकारांच्या जोडीला गरबा, राजस्थानी लोकनृत्य असे वैविध्यपूर्ण नृत्यप्रकार कार्यक्रमातून पडद्यावर दिसणार होते.

त्याच्या निवेदनाची बाजू शर्वरी जमेनीस आणि भार्गवी चिरमुले यांनी छान सांभाळली. कार्यक्रमाची संहिता मराठीमधून अभ्यासक सुलभा तेरणीकर यांनी अतिशय उत्तम प्रकारे लिहिली. मी निवडलेल्या गाण्यांच्या संकलनाची जबाबदारी नेहमीप्रमाणे उत्तम पेलत 'विष्णुकृपा'चे सर्वेसर्वा प्रकाश वर्तकने उत्कृष्ट संकलन केलं. धनंजयने खूप परिश्रम करून सर्व मोट व्यवस्थित बांधली.

कार्यक्रमाची तयारी जोरात सुरू झाली. आम्ही सर्व जण धनंजयच्या घरी जमलो आणि कार्यक्रमाच्या प्रत्येक पैलूवर विचारमंथन केलं. अगदी माझ्या कल्पनेप्रमाणे, ४ नोव्हेंबर २०१२ रोजी, यशवंतराव चव्हाण नाट्यगृहात *'बाजे पायलिया'* या कार्यक्रमाचं उत्स्फूर्त स्वागत झालं!

या कार्यक्रमामुळे प्रख्यात अभिनेत्रींच्या नृत्यातील योगदानाची आणि त्यांच्या कारकिर्दीची माहिती रसिकांना मिळाली. विशेष म्हणजे, पुण्यातील प्रसिद्ध नृत्यगुरू – मनीषा साठे, शमा भाटे, आणि सुचेता भिडे-चाफेकर या कार्यक्रमाला उपस्थित होत्या. त्यांना आश्चर्य वाटले, की नृत्य येत नसूनही मी हा कार्यक्रम कसा काय बांधला! पण, मी हे यश पंडिता रोहिणी भाटे यांच्या चरणी आदरपूर्वक समर्पित केलं. हा कार्यक्रम नृत्य-संगीताच्या कार्यक्रमांसाठी एक नवा आदर्श ठरावा, अशी त्याची निर्मिती होती.

पण, स्वतः निवेदक म्हणून मला यात भाग घेता आला नाही. ही संकल्पना माझी असतानाही, माझे विचार मी थेट व्यक्त करू शकलो नाही, याची हुरहुर मनात राहिली. कालांतराने मी या कार्यक्रमाचे काही प्रयोग स्वतःच्या निवेदनासह यशस्वीपणे केले.

## जखमी जवानांसाठी 'बाजे पायलिया'

या कार्यक्रमाच्या निमित्ताने एक विशेष योग माझ्या आयुष्यात आला. माझ्या नातेवाईक आणि हितचिंतक, रोटरीच्या अंजली देशपांडे यांनी जवानांसाठी खडकीच्या रिहॅबिलिटेशन सेंटरमध्ये *'बाजे पायलिया'* सादर करण्याची विनंती केली.

तेथील अधिकारी कर्नल मुखर्जी यांनी हा कार्यक्रम हिंदीत करण्याचा आग्रह धरला; कारण बरेचसे जवान परप्रांती होते आणि हिंदीत निवेदन आवश्यक होतं. हिंदीत निवेदन करणे हे माझ्यासाठी एक आव्हान होतंक्; पण हे आव्हान मी जवानांसाठी स्वीकारलं.

संपूर्ण महिनाभर मेहनत घेऊन, अंजली देशपांडे यांच्या मदतीने कार्यक्रमाचं हिंदीत रूपांतर केलं. अखेर, संपूर्ण हॉल व्हीलचेअर, वॉकर आणि काठीच्या साहाय्याने आलेल्या जखमी जवानांनी भरला. त्यांचा मित्र-परिवारही सोबत होता.

हा कार्यक्रम मी त्यांना अर्पण केला आणि संपूर्ण मनोभावे जवानांना साष्टांग दंडवत घातला! त्या दिवशी माझ्या कलेचं, माझ्या मेहनतीचं चीज झालं असंच मला वाटलं! माझ्याबरोबर कार्यक्रमासाठी अखंड उभ्या असलेल्या अंजली देशपांडे यांना कार्यक्रमाच्या यशस्वितेचं श्रेय द्यायला पाहिजे.

एक महत्त्वाचं वर्ष पुढे वाट पाहत होतं – ते म्हणजे ग. दि. माडगूळकर आणि सुधीर फडके जन्मशताब्दीचं! या वर्षात काय कार्यक्रम करता येईल याची मनात जुळवाजुळव सुरू झाली.

## वेध गदिमा आणि बाबूजी जन्मशताब्दीचे

२०१८-१९मध्ये गदिमा आणि बाबूजी या दोन महान व्यक्तींची जन्मशताब्दी एकत्र येणे हा एक दैवयोग होता. गदिमा फार लवकर गेल्याने दृश्य स्वरूपात ते चित्रपटांव्यतिरिक्त कुठे दिसत नाहीत – अर्थात, आपल्या अनोख्या शब्दकळेतून ते आहेतच.

या अनोख्या वर्षात 'गदिमा-बाबूजी' हा दृकश्राव्य कार्यक्रम करावा असं ठरवलं होतं. हा कार्यक्रम तयार होत असताना सुरुवातीलाच संतोष पोतदार इव्हेंट्सतर्फे एक छान गायन स्पर्धा आयोजित करण्यात आली. उत्तम व्यवस्था, सुसज्ज वाद्यवृंद, पारितोषिके हे सर्व स्पर्धकांना आकर्षित करेल असंच होतं. स्पर्धकांना साहजिकच गदिमा-बाबूजी या जोडीची गाणी गायची होती. या स्पर्धेला इतका भरभरून प्रतिसाद मिळाला, की ती संपूर्ण दोन दिवस सुरू होती. मी आणि

शिल्पा पुणतांबेकर याचे परीक्षक होतो. कार्यक्रमाचा बक्षीस समारंभ गणेश कला क्रीडा केंद्रात श्रीधर फडके यांच्या हस्ते पार पडला.

आता वेध लागले 'गदिमा-बाबूजी' पडद्यावर दाखवण्याचे! मी दोघांना समोर ठेवून एका वेगळ्या रूपात हा कार्यक्रम बांधला. धनंजय गोखले व प्रकाश वर्तक यांच्यासमवेत 'गदिमा-बाबूजी' हा नवीन दृकश्राव्य कार्यक्रम उभा राहिला. प्रकाश वर्तकने कार्यक्रमाच्या संकलनाचं काम नेहमीप्रमाणे उत्तम केलं. त्याचे प्रयोग सुरू झाले.

'मित्र फाउंडेशन'ने ११ ऑक्टोबर २०१८ रोजी यशवंतराव चव्हाण नाट्यगृहात एका मोठ्या कार्यक्रमाचं आयोजन केलं होतं. प्रभाकर जोग व संगीत-नाट्य-कला क्षेत्रातील मान्यवर यांच्या उपस्थितीत व भरगच्च गर्दीत कार्यक्रम पार पडला. या वेळी गौरव निधी देऊन प्रभाकर जोग यांचा सत्कार करण्यात आला. पुढेही अनेक ठिकाणी हा कार्यक्रम सादर करायची मला संधी मिळाली.

हे कार्यक्रम पुढे सादर करताना महत्त्वाचा आधार मिळाला तो माझे गुरुबंधू सर्वोत्कर्ष ट्रस्टचे राजेश दातार आणि हिंदू महिला सभेचा राजेश दातार. यांच्या मदतीने स्पर्धा, मुलाखत, कार्यक्रम अशा कितीतरी गोष्टी साध्य झाल्या. बऱ्याच वर्षांनी आम्ही एकत्र येऊन काही छान काम केलं याचं समाधान आहे. राजेशच्या पुढाकाराने अनेक सभागृहांमधून 'गदिमा-बाबूजी' या दृकश्राव्य कार्यक्रमाचे अनेक प्रयोग झाले.

एकदा एस. एम. जोशी सभागृहात हा कार्यक्रम होता. त्याला इतका सुरेख प्रतिसाद मिळाला, की सभागृह गच्च भरले होते. पडद्यावर काही दुर्मीळ क्षणचित्रं दाखवत मी बोलत होतो, इतर कलाकार गात होते, आणि श्रोते अगदी रंगून गेले होते. जागेअभावी काही रसिक माझ्या शेजारी स्टेजवर बसून कार्यक्रमाचा आनंद घेत होते.

२०१८च्या डिसेंबरमध्ये दत्तजयंती उत्सवामध्येही प्रभात रोडवरच्या सुप्रसिद्ध दत्त मंदिरात 'गदिमा-बाबूजी' कार्यक्रम सादर करण्याची सेवा करता आली; तर २०१९च्या जानेवारीमध्ये गुळवणी महाराज पुण्यतिथीनिमित्त 'वामन निवास'मध्ये हा कार्यक्रम सादर करता आला. कार्यक्रम उत्तम सुरू असतानाच्या या काळात जगावर कोरोना संकटाचे काळे ढग जमा होऊ लागले आणि अखेर सारेच व्यवहार ठप्प झाले! या संकटामुळे आलेल्या बंधनांमुळे जन्मशताब्दीची सांगता मात्र करता आली नाही, याची खंत वाटते. मात्र, सर्व संकट सरून सर्व व्यवहार मार्गी

लागल्यावर 'गदिमा-बाबूजी'चे कार्यक्रम पुन्हा सुरळीत सुरू झाले.

२०२४मध्ये जेव्हा मराठीला अभिजात भाषेचा दर्जा मिळाला या आनंदात 'मित्र फाउंडेशन'तर्फे गदिमा-बाबूजी यांना या कार्यक्रमातून त्रिवार वंदन करताना मन समाधानाने भरून गेले.

## पुनश्च हरि ओम्

२०१८ या वर्षात स्वरसम्राज्ञी भारतरत्न लता मंगेशकर यांच्या नव्वदाव्या वाढदिवसानिमित्त काहीतरी दृकश्राव्य कार्यक्रम उभा करावा असे विचार मनात यायला लागले. कार्यक्रमाची बांधणी सुरू झाली आणि नाव ठरलं – '*अजि सोनियाचा दिनु*'!

## 'अजि सोनियाचा दिनु' : भारतरत्न लता मंगेशकर

लताबाईंच्या स्वरांच्या, गाण्याच्या महासागरातून किती रत्नं, मोती वेचायचे... ते कसे गुंफायचे... मोठाच प्रश्न पडला होता! माझा पियानोवादक तरुण मित्र सौरभ गोडबोले मदतीला आला. सौरभ पक्का लताप्रेमी आणि लता गाण्यांचा संग्राहक! नुसता गाणी ऐकणारा नव्हे; तर त्यांचा बारकाईने अभ्यास करणारा गुणी वादक-गायक. मी आणि सौरभने हे आव्हान स्वीकारलं. त्यावर चिंतन आणि काम सुरू केलं. कार्यक्रमाचं नामकरण केलं – '*अजि सोनियाचा दिनु*'!

वेळेचं बंधन लक्षात घेऊन हा कार्यक्रम दोन भागात करायचं ठरवलं. हिंदी आणि मराठी या दोन्ही भाषांतील गाण्यांचा समावेश दोन्ही भागात केला. काही ठिकाणी लता मंगेशकर स्वतः बोलतात आणि गातात असा भाग घेतला. कार्यक्रमाचं संहिता लेखन मी अतिशय आनंदाने केलं. काही दिवसांतच 'बार्स अँड टोन'च्या अतुल ताम्हनकर यांनी उत्तम पद्धतीने कार्यक्रम संकलित करून दिला. लवकरच 'स्नेहसंवर्धन' संस्थेतर्फे आम्ही हा भाग १ सादर केला. तो सर्वच रसिकांना अतिशय आवडला.

मी सादर करत असलेल्या प्रत्येक दृकश्राव्य कार्यक्रमातून त्या-त्या कलाकारांचे गुणसंकीर्तन करण्याचा प्रयत्न केला. काव्य, गायन, वादन, नृत्य यांची कलात्मक वैशिष्ट्ये माझ्या निवेदानातून कशी पोहोचवता येतील याचा विचार प्रत्येक कार्यक्रम सादर करताना मी करत असतो. लताजी तर साक्षात गानसरस्वती! त्यांच्या उत्तुंग प्रतिभेचं दर्शन थोड्या शब्दांत करणं हे खरोखर फार अवघड आहे;

पण तोही प्रयास मी मनोभावे केला. त्यांच्यावरील कार्यक्रमाचा दुसरा भाग जरा जास्तच रेंगाळला आणि दुर्दैवाने ६ फेब्रुवारी २०२२ रोजी लताबाईंनी या जगाचा निरोप घेतला. जीवन नश्वर असते हे जरी सत्य असले, तरी लताबाई गेल्यावर एक सुन्नपणा आला!

लताजी गेल्यावर त्यांना श्रद्धांजली म्हणून *'अजि सोनियाचा दिनु'*चे काही कार्यक्रम झाले. हिंदू महिला सभेने त्यांच्या अमृत महोत्सवी वर्षात थिएटरमध्ये मोठ्या स्वरूपात हा कार्यक्रम केला.

या दृकश्राव्य कार्यक्रमाचं श्रेय सौरभ गोडबोले याला जातं. त्याचा संग्रह, अभ्यास, विविधता याचा सर्व मेळ त्याने उत्तम रीतीने साधला.

यापुढेही सर्व कार्यक्रम अधूनमधून होत राहतील; पण मी लताबाईंवरचा कार्यक्रम ही भैरवी समजतो. यापुढे कोणताही नवीन दृकश्राव्य कार्यक्रम बांधायचा नाही; तर आहेत त्यावरच लक्ष केंद्रित करायचं ठरवलं तर आहे... बघू या त्या शब्द-सुरांची इच्छा काय आहे ते!

# काही सन्माननीय व्यक्ती आणि मी

## स्वर-तपस्विनी, स्वर-योगिनी डॉ. प्रभा अत्रे

डॉ. प्रभा अत्रे किराणा घराण्याच्या ज्येष्ठ गायिका आणि एक अत्यंत आदर्श, आदरणीय व्यक्तिमत्त्व! त्यांचे गायकीविषयीचे विचार, त्यांची पुस्तके, त्यांचे सांगीतिक व तात्त्विक चिंतन या सगळ्यांबद्दल मी नेहमीच मनात विचार करत असे. त्यामुळे त्यांना प्रत्यक्ष भेटण्याची तीव्र उत्सुकता माझ्या मनात होती.

सुगमच्या कामामुळे माझ्या मुंबई फेऱ्या होत असत. बाबूजींकडेही जाणं होत असे. अशाच एका भेटीत बोलता-बोलता मी बाबूजींकडे प्रभाताईंना भेटण्याची इच्छा व्यक्त केली. बाबूजींनी अत्यंत आपुलकीने माझ्यासाठी प्रभाताईंना फोन केला आणि त्यामुळे प्रभाताईंच्या घरी माझा प्रवेश अगदी सहज आणि सोपा झाला.

त्या काळात, त्यांच्या भगिनी उषा अत्रे आणि त्यांचे पती यांचे नुकतेच निधन झाले होते. घरी त्यांची वृद्ध आई होती. या सगळ्या पार्श्वभूमीमुळे प्रभाताई त्या वेळी फारशा कुणालाही भेटत नव्हत्या. तरीही, बाबूजींमुळे त्या भेटायला तयार झाल्या. मी लगेचच बाबूजींच्या घरून निघून माहीमला प्रभाताईंच्या घरी गेलो.

थोडक्यात सुगमविषयी बोलून मी मनात जे होतं ते त्यांना स्पष्टपणे सांगितलं. 'मला कोणतीही घाई नाही, कोणतंही आश्वासनही नको आहे; फक्त सुगमसाठी आपल्या सवडीने कधीतरी वेळ द्याल का!' एवढीच विनंती मी त्यांच्याकडे करून ठेवली. 'मी परत आपल्याला भेटेन... फोन करेन.' असं सांगून निघालो.

माझं म्हणणं त्यांनी अत्यंत सकारात्मकपणे ऐकून घेतलं आणि पहिल्याच भेटीत मला उत्तम प्रतिसाद दिला. त्यानंतर फोनवरून संवाद आणि प्रत्यक्ष

गाठीभेटी होत राहिल्या. १९९७मध्ये सुगमच्या दुसऱ्या वर्धापनदिनाला प्रभाताई स्वतः उपस्थित राहिल्या. त्यांनी आमच्या कामाचं मनापासून कौतुक केलं आणि 'संगीतातील भावसौंदर्य' हा विवेचनात्मक कार्यक्रम स्वतः गाऊन अतिशय सुंदर पद्धतीने सादर केला.

सुगम परिवारात प्रभाताईंचा समावेश झाल्याने आम्हां सर्वांना अपार आनंद झाला. सुगमचं काम पाहून त्यांनी आनंदाने त्यांच्या भगिनी उषा वाघ-अत्रे स्मृती पुरस्कार सुरू करण्याची विनंतीही केली. त्या संदर्भात मी सविस्तर लिहिलेलं आहेच. प्रभाताईंशी जो स्नेह जुळला, तो अखेरपर्यंत टिकून राहिला, हेच त्याचं विशेष आणि माझ्या आयुष्यातील एक मोठं सौभाग्य म्हणावं लागेल!

## ॲरेंजर गुरू शामराव कांबळे

मराठी आणि हिंदी चित्रपट संगीतातील प्रसिद्ध अरेंजर गुरू शामराव कांबळे यांची भेट होईल, हे मला स्वप्नवतच वाटत होतं. १९९५नंतर शामराव पुण्यात स्थायिक होणार आहेत, अशी माहिती मला श्रीधर फडके यांच्यामुळे मिळाली. सुगमच्या एका कार्यक्रमासाठी बाबूजी येऊ शकणार नव्हते. तेव्हा श्रीधर म्हणाले, 'तुम्ही शामरावांना बोलवा.' आम्ही त्यांना भेटायला गेलो. ते आमच्या विनंतीवरून कार्यक्रमाला आले आणि तिथून आमचा स्नेहबंध सुरू झाला, जो उत्तरोत्तर दृढ झाला.

'ॲरेंजमेंट' या विषयावरचा त्यांचा कार्यक्रम सुगमने प्रथम पुण्यात आयोजित केला. स्नेहसदन सभागृहातील भरगच्च गर्दीत त्यांनी हा विषय अतिशय सखोलपणे उलगडत नेला. दृकश्राव्य स्वरूपात सादर झालेला 'गाण्यांच्या पलीकडले' हा कार्यक्रम शामरावांनी इतका अभ्यासपूर्ण मांडला, की श्रोत्यांना ॲरेंजरचं खरं महत्त्व उमगलं. स्वतःचा मोठेपणा एकदाही न सांगता, एखाद्या गाण्यामागे किती कष्ट, किती विचार, आणि किती तपशील असतो, हे त्यांनी सहजपणे रसिकांसमोर उलगडून दाखवलं.

सुमारे ४० वर्षं फिल्म इंडस्ट्रीत कार्यरत असलेले शामराव विविध वाद्यं स्वतः वाजवत असत. त्यामुळे त्यांनी अनेक संगीतकारांबरोबर काम केलं होतं. इतक्या मोठ्या चित्रपटसृष्टीत काम करूनही शामराव इतके साधे कसे, याचं नेहमीच नवल वाटायचं. त्यांच्या घरातील साधेपणा, आदरयुक्त वागणूक, शांत-संयत बोलणं, मंद स्मितहास्य – सगळंच विलक्षण होतं. '*'बाई मी विकत घेतला शाम'* या गाण्यातील हार्मोनियम त्यांनीच वाजवलं होतं का?' असं विचारल्यावर त्यांनी तेही

अगदी संकोचाने सांगितलं.

सुगमच्या मदतीसाठी शामराव नेहमीच आपुलकीने येत असत. शामरावांचा अमृत महोत्सव साजरा करण्याचे ठरले, तेव्हा सुधीर फडके आणि आशा भोसले यांची उपस्थिती, चित्रफितींसह रंगमंचावर सादर होणारी गाणी ही प्रमुख आकर्षणं होती. या सर्व कार्यक्रमात सुगमचा महत्त्वाचा सहभाग होता. त्यांच्या सांगीतिक प्रवासावर आधारित *'श्यामरंग'* ही स्मरणिका प्रकाशित झाली. त्या वेळी शामरावांना पुणेरी पगडी घालून, बाबूजी आणि आशाबाई यांच्या हस्ते गौरव निधी देऊन सन्मानित करण्यात आले. ७ मे २००१ रोजी टिळक स्मारक मंदिर येथे झालेला *'शामरंगी रंगले'* हा कार्यक्रम रसिकांची दाद मिळवून गेला.

काही दिवसांनी माझ्या मनात आले, की अर्काइव्हसाठी शामरावांचे शूटिंग करावे. मी ही कल्पना अजित सोमण यांना सांगितली. त्यांनाही ती खूप आवडली. शामरावांच्या संमतीने आणि बार्स आणि टोन्सच्या सौजन्याने हा उपक्रम ठरला. अजित आणि अमृता सातभाई यांच्या बंगल्यावर सकाळपासून संध्याकाळपर्यंत शूटिंग झाले. संजय दाबके यांनी कॅमेरा आणि तांत्रिक बाजू अतिशय कुशलतेने सांभाळली. शामरावांनी न थकता दिवसभर अरेंजमेंटविषयी, हिंदी आणि मराठी चित्रपटसृष्टीतील गाण्यांविषयी आपले अनुभव आणि विचार मांडले. हार्मोनियम वाजवत, काही गाणी ऐकवत त्यांनी हा विषय अत्यंत रंगतदार केला. सर्व काही उत्तम रेकॉर्ड झाले आणि हा आवश्यक व महत्त्वाचा उपक्रम पूर्ण झाला. हे सर्व शक्य झाले ते शामरावांच्या आमच्यावरच्या प्रेमामुळेच!

मी त्यांच्या घरी गेलो की ते हसत म्हणायचे, ''तुम्ही माझ्यासाठी नेहमी काहीतरी घेऊन येता, आज काय विशेष आणलं?''

मी त्यांना म्हणालो, ''मित्र फाउंडेशनतर्फे पंडित शिवकुमार शर्मा यांच्या हस्ते आपला गौरव निधी देऊन सत्कार करायची इच्छा आहे. आपली संमती हवी आहे.'' शिवजींचे नाव ऐकताच शामराव खूप आनंदी झाले.

तब्येत बरी नसल्याने व्हीलचेअरवरून त्यांना यशवंतराव चव्हाण नाट्यगृहात आणण्यात आले. शिवजींचे वादन आणि शामरावांचा सत्कार – हा खरोखरच एक आनंदसोहळा होता. सत्कारावेळी त्यांनी चित्रपटसंगीतासाठी केलेल्या, विशेषतः हिंदी गाण्यांचे काही अंश रसिकांना ऐकवले. शामरावांना खूप बरे वाटले. त्यांचे आणि शिवजींचे अद्वैत शब्दांच्या पलीकडचे होते!

काही दिवसांनी तब्येतीच्या कारणास्तव शामराव मुंबईला त्यांच्या मुलीकडे

गेले. त्यानंतर ते पुण्यात परत कधीच आले नाहीत. सिने-जगताला लाभलेला एक गुणवान, दर्जेदार अरेंजर आपल्यातून कायमचा निघून गेला, यावर आजही विश्वास बसत नाही. मन आजही विषण्ण होते. शामराव मनातून कधीच जात नाहीत आणि जाणारही नाहीत, कारण त्यांचं कार्यच तसं उच्च दर्जाचं होतं! त्यांचा स्मितहास्य करणारा चेहरा डोळ्यांसमोर आला की मन गलबलून जातं. उत्तम प्रतिभेचा, ऋषितुल्य असा हा माणूस पुन्हा होणे नाही!

शामराव, तुमच्या कर्तृत्वाला माझा आदरपूर्वक सलाम!

## चित्रकार रवी परांजपे

सुगमचं काम सुरू झालं, तसं मोठमोठी माणसं सहवासात येऊ लागली. त्यातलंच एक अत्यंत महत्त्वाचं नाव म्हणजे प्रसिद्ध चित्रकार आणि उत्तम रसिक रवी परांजपे. सुगमच्या कार्यक्रमांना त्यांची उपस्थिती जवळजवळ ठरलेलीच असायची. ते आमच्यातले केव्हा झाले, हे कळलंच नाही. घरी येणं-जाणं सुरू झालं, विविध विषयांवर चर्चा व्हायच्या. ते अतिशय जाणीवपूर्वक, विचारपूर्वक आणि सुंदर पद्धतीने बोलायचे. त्यांच्या बोलण्यात अशी खोली असायची, की त्या संवादात नकळत गुंतून आपणही विचार करायला लागायचो.

ते चौफेर आणि दर्जेदार लेखन करायचे. आमची आणि सरांची लय फारच छान जुळली होती. एकदा अशाच गप्पांच्या ओघात मी त्यांना विचारलं, "चित्रकला आणि संगीत यांचा तुमच्या कॅनव्हासवर नेमका कसा संवाद घडतो? संगीत ऐकल्यावर त्या भावना तुम्ही चित्रात कशा उमटवता?" एखादी सुंदर गझल, ठुमरी, बंदिश किंवा भावगीत ऐकल्यावर मनात जी खळबळ उडते, शब्दांतून भावना व्यक्त होतात; पण आपण चित्रकार असल्याने त्या भावना रंगरेषांमधून कशा साकार करता, हा प्रश्न त्यांना खूप भावला. विषय आणि विचार दोन्ही त्यांना अत्यंत आवडले.

काहीच दिवसांत त्यांनी सुगमसाठी *'संवेदना रंगरेषांची'* हा विषय स्लाइड्सच्या माध्यमातून श्रोत्यांसमोर अत्यंत प्रभावीपणे उलगडून दाखवला. त्यांना संगीताची विशेष आवड असल्याने त्यांच्या मॉडेल कॉलनीतील घरी नामवंत कलाकारांच्या मैफिली होत असत. त्या मैफिलींसाठी ते मला आवर्जून निमंत्रण द्यायचे. त्यांच्या घराखालीच त्यांनी अत्यंत देखणी अशी 'आर्ट गॅलरी' उभारली होती.

एकदा सर 'गदिमा-बाबूजी' हा दृकश्राव्य कार्यक्रम पाहण्यासाठी यशवंतराव

नाट्यगृहात आले होते. कार्यक्रमानंतर त्यांनी मला विचारले, ''हा कार्यक्रम माझ्या मुलासाठी – रोहितसाठी – आमच्या आर्ट गॅलरीमध्ये कराल का? त्याला सुधीर फडके यांची गाणी फार आवडतात.'' मी आनंदाने त्यांच्या खास निमंत्रित श्रोत्यांसमोर तो कार्यक्रम सादर केला.

रवी परांजपे सरांचं जाणीवपूर्वक निरपेक्ष प्रेम आणि त्यांचा सहवास यामधून मला खूप काही शिकायला मिळालं. अशा सहवासातून विचारांची, संवेदनांची आणि दृष्टीची वैचारिक वृद्धी होते. ते काही काळ आमच्या आयुष्यात आले, हेच आमचं मोठं भाग्य म्हणावं लागेल!

## संगीतकार आणि गायक राम फाटक

संगीतकार आणि गायक राम फाटक यांची पहिली ओळख म्हणजे – पुणे आकाशवाणीतील कार्यक्रम अधिकारी. उत्तम शास्त्रीय बांधणी असलेली, लयीचा अतिशय सुंदर संगम साधणारी, आणि मनाचा ठाव घेणारी गाणी देणारे रामभाऊ जाणकार श्रोत्यांना शेवटपर्यंत नेहमीच दर्जेदार संगीत देत राहिले. ते स्वतः उत्कृष्ट गायक होते. *'उर्मिले त्रिवार वंदन तुला'* आणि *'सखी तू दिव्य रूप मैथिली'* ही एचएमव्हीने प्रसिद्ध केलेली त्यांची रेकॉर्ड आजही रसिकांच्या स्मरणात आहे.

पुणे आकाशवाणीवरून सुरू झालेल्या 'गीतरामायण' या महान उपक्रमात रामभाऊंनी आपला अमीट ठसा उमटवला. पंडित भीमसेन जोशी आणि सुधीर फडके हे त्यांचे जिवलग मित्र आणि आवडते गायक होते. आकाशवाणीवरून *'तीर्थ विठ्ठल'* आणि इतर अभंग भीमसेनजींच्या स्वरात ऐकू येऊ लागले. त्यांना प्रचंड लोकप्रियता मिळाली आणि संतवाणीचा उदय झाला. अर्थातच, याचं श्रेय रामभाऊंना जातं. संगीतकार म्हणून राम फाटक घराघरांत पोहोचले.

इतर गायक-गायिकांबरोबरच माणिक वर्मा आणि सुधीर फडके यांचीही गाणी त्यांच्या संगीतात गाजली आणि रामभाऊ लोकप्रियतेच्या शिखरावर पोहोचले! त्याच काळात बेगम परवीन सुलताना यांना मराठी गाणं गाण्याची इच्छा होती. कवी गंगाधर महांबरे यांनी *'रसिका तुझ्याचसाठी'* हे सुंदर गीत लिहिले आणि रामभाऊंनी त्याला संगीत दिले. परवीनजींनी ते इतक्या प्रभावीपणे गायले, की हे गीत प्रचंड लोकप्रिय झाले. सवाई गंधर्व महोत्सवात आणि इतर कार्यक्रमांत रसिक त्यांना या गाण्यासाठी आग्रह धरायचे आणि ते गायला लावायचे.

रामभाऊ लोकप्रियतेच्या शिखरावर असतानाच रेडिओतील नोकरीतून

निवृत्त झाले आणि पुण्यात स्थायिक झाले. त्यानंतर आमचं नातं अधिकच घट्ट झालं आणि पुढे ते अधिक दृढ होत गेलं. सुगमच्या प्रवासात सुरुवातीपासून शेवटपर्यंत ते आमच्याबरोबर राहिले. स्पर्धा असोत, कार्यक्रमाची रंगीत तालीम असो, विशेष पाहुणे किंवा अध्यक्ष म्हणून असो – रामभाऊंना आम्ही हक्काने बोलवत असू. सुगमचा सुरू झालेला प्रवास आणि त्यानंतर होत गेलेली प्रगती रामभाऊंनी जवळून पाहिली.

मात्र, मनाला टोचणारी एक खंत आजही आहे. रामभाऊंच्या सांगीतिक कारकिर्दीवर आधारित एखादा स्वतंत्र कार्यक्रम किंवा त्यांची सविस्तर मुलाखत आमच्याकडून होऊ शकली नाही! ही चूकच म्हणावी लागेल. याची खंत आणि दुःख मनातून कधीच जाणार नाही. सुगममध्ये ती अपूर्णता कायमची राहून गेली आहे.

पत्नीच्या निधनानंतर रामभाऊ नागपूरला आपल्या मुलीकडे राहायला गेले. २९ जुलै २००२ रोजी बाबूजी आपल्यातून गेले. मुंबईत अंतिम दर्शनासाठी शिवाजी पार्क येथील सावरकर प्रतिष्ठानच्या हॉलमध्ये त्यांचं पार्थिव ठेवलं होतं. तिथे अनेक मोठी माणसं उपस्थित होती. अचानक मला रामभाऊ दिसले. आपल्या जिवलग मित्राच्या आणि साथीदाराच्या जाण्याने ते अतिशय व्यथित झाले होते. मी त्यांना भेटलो. 'तुम्ही कोणाबरोबर आला आहात?' असे विचारले. पण ते बोलू शकत नव्हते. ते सतत रडत होते. रामभाऊंकडे पाहून मला खूप वाईट वाटले.

तेवढ्यात त्यांच्या नागपूरच्या मुलीची भेट झाली आणि सगळा उलगडा झाला. मी काही वेळ रामभाऊंबरोबर थांबलो, त्यांना नमस्कार केला आणि निघालो. ती माझी त्यांच्याशी झालेली अंतिम भेट ठरली. त्यानंतर ते पुण्यात परत आलेच नाहीत. काही दिवसांतच नागपूरमध्ये त्यांचं निधन झालं.

रामभाऊंसारखा गुणी, जाणकार, लयकारीवर प्रभुत्व असलेला संगीतकार आणि उमदा माणूस आम्हांला थोडातरी अनुभवायला मिळाला, हे आमचं मोठं भाग्य म्हणावं लागेल! असा उत्तुंग, सरळ, रसिकहृदयी माणूस पुन्हा होणे नाही!

## अष्टपैलू पु. ल. आणि सुनीताबाई देशपांडे

सर्व क्षेत्रांत आपला ठसा उमटवणारे, सर्वांचे लाडके आणि मराठी माणसाशी अतिशय जवळचं नातं असलेले श्री. पु. ल. देशपांडे! त्यांच्या प्रत्येक कलाकृतीतून त्यांनी रसिकांना, वाचकांना आणि प्रेक्षकांना भरभरून आनंद दिला. आपल्या कार्यक्रमांमधून त्यांनी असंख्य क्षण अविस्मरणीय केले. त्यांची भेट व्हावी,

ओळख व्हावी, असं अनेकांना वाटत असे; मलाही ही इच्छा नेहमीच होती.

खरंच, असा एक योग आला. साने डेअरीच्या मागे, भांडारकर रोडवर त्यांचा एक फ्लॅट विक्रीसाठी आहे, असं मला कळलं. त्या काळात मी स्वतः घराच्या शोधात होतो. म्हणून मी थेट त्यांच्या 'रूपाली'तल्या घरी गेलो. सुनीताबाईंनी दार उघडलं. मी त्यांना माझी ओळख सांगितली आणि फ्लॅटविषयी विचारलं. पु.ल. घरीच असल्याचे कळल्यावर मला विशेष आनंद झाला. सुनीताबाईंनी फ्लॅटची सर्व माहिती अतिशय सविस्तरपणे सांगितली. मनापासून इच्छा होती तो फ्लॅट घ्यायची; पण आर्थिक गणित न जुळल्याने तो विषय तिथेच थांबला. मात्र, या निमित्ताने त्यांची ओळख झाली, याचं समाधान मनात राहिलं.

पुढे सुगमच्या उपक्रमात *'गुण गाईन आवडी'* हा विषय घ्यायचा ठरला. हे संपूर्ण लेखन पुलंचं असल्याने त्यांच्या परवानगीचा प्रश्न महत्त्वाचा होता. त्या वेळी पु.ल. 'रूपाली'तून भांडारकर रोडवरील 'मालती माधव'मध्ये राहायला आले होते. मी फोन करून त्यांच्या घरी गेलो. पुलंची तब्येत त्या वेळी फारशी बरी नव्हती. सुनीताबाई आणि पुलंना सुगमविषयी तसेच 'गुण गाईन आवडी' या कार्यक्रमाविषयी सांगितले. माझ्याबरोबर संजय पंडित होता.

सुनीताबाईंनी आमची अक्षरशः उलट तपासणी घेतली! "तालमी किती झाल्या आहेत... काय तयारी केली आहे ते दाखवा... कार्यक्रम तोंडावर आहे आणि आज परवानगी मागायला आला आहात..." असे अनेक प्रश्न त्यांनी विचारले. आम्ही अभ्यास करून, खूप तालमी करूनच परवानगी मागायला आलो आहोत, हे आम्ही आत्मविश्वासाने सांगितले. आमचा आत्मविश्वास पाहून त्यांनी थोड्याशा नाराजीनेच संमती दिली.

स्नेहसदनमध्ये जेव्हा *'गुण गाईन आवडी'* अलोट गर्दीत सादर झाले, तेव्हा सुनीताबाईंनी त्यांचे खास दूत तिथे पाठवले होते. वाचिक अभिनय, पुलंचे सुंदर लिखाण आणि त्याबरोबर जोडून येणारे त्या-त्या कलाकारांचे सूर – हे सगळं इतकं सुरेख जुळून आलं, की हा उपक्रम वेगळ्याच उंचीवर गेला. श्रोत्यांनी त्याचे उत्स्फूर्त स्वागत केले. हा सर्व वृत्तान्त लगेचच दूतांमार्फत सुनीताबाईंना पोहोचला.

दुसऱ्या दिवशी सकाळी बाईंचा फोन आला. "कार्यक्रम खूप छान झाला," असं त्यांनी सांगितलं आणि अभिनंदन केले. "त्याचं रेकॉर्डिंग मिळेल का?" असा त्यांनी प्रश्न विचारला.

"हा तुमचाच कार्यक्रम आहे; कॅसेट नक्की आणून देतो," असं मी सांगितलं.

एकंदरीत त्यांच्या वागण्यातला सूर आता बदललेला जाणवत होता.

मात्र, त्यामागे एक अत्यंत महत्त्वाचं कारण होतं – भाईंच्या नावाची आणि लिखाणाची जपणूक! त्यांच्या लेखनाला एक ठरावीक दर्जा आहे, किंमत आहे. तो दर्जा टिकवण्याची, अबाधित राखण्याची तळमळ सुनीताबाईंच्या वागण्यात स्पष्ट दिसत होती, आणि ती अगदी योग्यच होती. विचार जसा महत्त्वाचा, तसाच तो प्रत्यक्षात आणणंही आवश्यक, आणि त्यात कोणतीही तडजोड नको – हा ठाम दृष्टिकोन सुनीताबाईंचा होता.

मी पुलंच्या घरी कॅसेट देण्यासाठी गेलो. पेढा देऊन आमचं स्वागत करण्यात आलं. थोडक्यात कार्यक्रमाचा वृत्तान्त सांगितला. सोमण सर आणि संजय माझ्याबरोबर होते. बाईंशी पुढील काही योजनांबद्दल बोलून आम्ही निघालो. स्वतः पु.ल. आम्हांला दारापर्यंत सोडायला येऊ शकले नाहीत, ते वॉकर घेऊन घरातच चालत होते. त्यांच्या डोळ्यांच्या कडा पाणावल्या होत्या. आम्ही दोघांना नमस्कार केला आणि निघालो.

वर्षभरात *'गुण गाईन आवडी'*चे काही कार्यक्रम झाले. मात्र, काहीच दिवसांत महाराष्ट्राचे लाडके, अष्टपैलू, प्रतिभावंत कलावंत पु. ल. देशपांडे आपल्यातून निघून गेले... मन सुन्न झालं. त्यांच्या कर्तृत्वाला सलाम करत, त्यांच्याच लेखणीतून साकारलेल्या *'गुण गाईन आवडी'* या कार्यक्रमातून २०००मध्ये पुण्याच्या कबीर बागेत आम्ही त्यांना श्रद्धांजली वाहिली.

## काव्यगायक गजाननराव वाटवे

काव्यगायक गजाननराव वाटवे मला गुरुस्थानी होते, तर बाबूजी सुधीर फडके यांचा मी एकलव्य शिष्य! हे दोघंही सुरुवातीपासूनच जिवलग मित्र होते आणि आपापल्या क्षेत्रात महान होते. योगायोग असा की, पुढे दोघंही 'युगनिर्माते' ठरले!

अण्णांनी मला अतिशय प्रेमाने शिकवले, त्याचा मला खूप फायदा झाला. कधीकधी ते रागावलेही; पण त्या रागावण्याचाही फायदाच झाला. त्यांनी मला एक दृष्टी दिली, विचारांची दिशा दिली. सुगमसाठी अण्णा नेहमी हक्काने आणि आपुलकीने यायचे. आमच्या कामाबद्दल त्यांना विशेष आपुलकी होती. त्यांच्या आशीर्वादाची आणि कौतुकाची आम्हांला गरज होती; त्यातूनच आमची उमेद वाढत जायची.

८ जून १९९७ रोजी अण्णांचा एक्याऐंशीवा वाढदिवस बालगंधर्व रंगमंदिरात

मोठ्या दिमाखात साजरा करण्यात आला. *'निरांजनातील वात'* या शीर्षकाखाली अण्णांची गाणी पुणे-मुंबईतील अनेक नामवंत कलावंतांनी सादर केली. त्यांच्याकडे शिकलेली मंडळी – माझ्यासह – या कार्यक्रमात सहभागी होतीच; जुन्या पिढीतील गायक व संगीतकार गोविंद पोवळे मुंबईहून खास अण्णांच्या प्रेमापोटी आले होते. त्यांनी सादर केलेली उत्तम गाणी सर्वांनाच भावली.

पाच तास रंगलेल्या या कार्यक्रमात अण्णा न थकता हार्मोनियम वाजवत होते आणि मधूनमधून जुन्या आठवणी सांगत कार्यक्रमात सहभागी होत होते. भावसंगीतातील ज्येष्ठ, बुजुर्ग मंडळी – जे. एल. रानडे, विश्वास काळे, दत्ता वाळवेकर इत्यादी – यांची प्रमुख उपस्थिती होती. सुधीर फडके यांचे अण्णा हे जुने मित्र असल्याने या निमित्ताने तेही गळाभेट घेऊन गेले.

काही दिवसांनी मी अण्णांना सांगितलं की, मला जे. एल. रानडे यांची भेट घ्यायची आहे. अण्णा मला आणि संजय पंडितला निवारा वृद्धाश्रमात घेऊन गेले. 'भावसंगीतातील पितामह' असं ज्यांना संबोधलं जायचं, त्या जे. एल. रानडे यांची ही भेट अण्णांमुळेच शक्य झाली.

त्या वेळी रानडे ९० वर्षांचे होते; तरीही त्यांची वाणी, नजर आणि विचार पूर्णपणे स्पष्ट होते. ते म्हणाले, ''अण्णा वाटवे हेच खरे पितामह; आम्ही नव्हे. भावसंगीत समाजात रुजवले, लोकप्रिय केले ते त्यांनीच!'' केवढे मोठेपणाचे, उदारतेचे हे उद्गार! या अमूल्य भेटीचं श्रेय निःसंशयपणे अण्णांनाच जातं.

पुढे काही महिन्यांतच जे. एल. रानडे यांचं निधन झाले. त्यांची भेट घडली, हेच समाधान मनात राहिलं – ती भेट योग्य वेळी झाली, असं आजही वाटतं.

जे. एल. रानडे यांचं म्हणणं पूर्ण सत्य ठरतं – काव्यगायन, भावसंगीताची तपश्चर्या केली ती अण्णांनीच!

रोज चांगली कविता निवडून तिला चाल लावणं आणि ती स्वतः कार्यक्रमातून सादर करणं, तसंच शिष्यवर्गाला शिकवणं – हे त्यांचं अत्यंत आवडीचं कार्य होतं. हे सर्व त्यांनी निःस्वार्थपणे केलं. काव्यगायनासाठी ते खरोखरच गजानन होते!

'वाटवे नावाचं युग' सुगम संगीताच्या दृष्टीने अभ्यासण्याची गरज आज प्रकर्षाने जाणवते. तसं झालं तरच शब्दप्रधान गायकी पुढे जाईल, जिवंत राहील, असं मला वाटतं.

अण्णांच्या संगीतकार म्हणून मला दोन शैली प्रकर्षाने जाणवतात : स्वतः गाताना आणि इतरांकडून गाऊन घेताना. ते स्वतः कबूल करायचे, ''जे माझ्या

गळ्यातून निघत नाही, ते मी त्यांच्या गळ्यातून काढून घेतो किंवा त्यांना स्वातंत्र्य देतो; त्यात मला अजिबात कमीपणा वाटत नाही.'' संगीतकार म्हणून हा त्यांचा मोठेपणा वाटतो.

अण्णांकडून काही काळ शिकण्याची संधी मिळाली, हे मी माझं भाग्य समजतो. या महान काव्यगायकाचं वृद्धापकाळाने निधन झालं आणि त्याचबरोबर त्यांच्या काव्यगायकीचाही अस्त झाला! आता असा गायक, संगीतकार आणि गुरू पुन्हा होणे नाही!

त्यांना माझं विनम्र अभिवादन!

## छंदोवती मालिनी राजूरकर

विख्यात गायिका सौ. मालिनी राजूरकर यांच्या साठीच्या निमित्ताने सुगमवर एक महत्त्वाची जबाबदारी आली. त्यांचं स्वगत, त्यांच्या आठवणी आणि अनुभव शब्दबद्ध करून एक सुंदर स्मरणिका तयार करायची होती. या कामासाठी मालिनीताई आणि वसंतराव खास हैदराबादहून पुण्यात आले होते आणि श्रेयस हॉटेलमध्ये वास्तव्यास होते.

रात्री जेवण झाल्यावर उशिरापर्यंत त्यांच्या गप्पा रेकॉर्ड करायच्या, असा आमचा ठरलेला कार्यक्रम असे. मी, अरविंद थत्ते, संजय पंडित असे अनेक दिवस हे काम मनापासून, आनंदाने करत होतो. त्यांच्या आयुष्यातील संघर्ष, साधना, अनुभव – हे सगळं त्या अतिशय मोकळेपणाने सांगायच्या आणि आम्ही ते मनोभावे रेकॉर्ड करत असू. या निमित्ताने त्यांचा जवळून सहवास लाभला, हेच आमच्यासाठी विशेष होतं.

या सगळ्यातून एक देखणा, आशयपूर्ण विशेष अंक साकार झाला. त्याचं सर्व शब्दांकन आणि संपादन चैतन्य कुंटे यांनी अत्यंत समर्थपणे केलं. सुगमचे अध्यक्ष अजित सोमण यांनी या स्मरणिकेसाठी *'छंदोवती'* हे नाव सुचवलं. नाव इतकं समर्पक होतं, की ते आम्हांला जितकं भावलं, तितकंच मालिनीताईंनाही फार आवडलं.

षष्ठ्यब्दीपूर्तीच्या समारंभात पंडित भीमसेन जोशी, गंगुबाई हनगळ यांच्या उपस्थितीत स्मरणिकेचं दिमाखदार प्रकाशन झालं. त्या निमित्ताने सौ. अश्विनी भिडे-देशपांडे, पंडित उल्हास कशाळकर, पंडित विजय कोपरकर आणि शौनक अभिषेकी यांचं गायनही झालं आणि संपूर्ण समारंभ संस्मरणीय ठरला.

या कार्यक्रमानंतर काही दिवसांतच मालिनीताई पुन्हा पुण्यात आल्या होत्या.

कार्यक्रम आटोपून त्या लगेच हैदराबादला जाणार होत्या. त्याच दिवशी रात्री टिळक स्मारक मंदिरात *'अमृताची गोडी'* हा माणिकबाईंच्या सांगीतिक कारकिर्दीवर आधारित कार्यक्रम होता. आम्ही मालिनीताईंना भेटून या कार्यक्रमाविषयी सांगितलं. ''आपण आलात तर आम्हां सर्वांना खूप बरं वाटेल!'' असं मनापासून सांगितलं. त्यांनी आमच्यासाठी स्वतःचं रिझर्वेशन बदललं आणि पहाटेची गाडी घेतली.

त्या दिवशी माणिकबाई स्वतः तब्येतीच्या कारणामुळे येऊ शकल्या नाहीत; पण मालिनीताई सोज्ज्वळ माणिकबाईंच्या रूपाने आल्या. छान बोलल्या, कलाकारांच्या पाठीवर कौतुकाची थाप दिली, सर्वांना आशीर्वाद दिले, आणि मग हैदराबादला रवाना झाल्या. माणिकबाईंची इच्छा मालिनीताईंनी पूर्ण केली, अशी जाणीव मनात दाटून आली. मनात एक प्रश्न आला : प्रेम करणारे, इतके मोठे; आणि तरीही इतके आपले वाटणारे कलाकार पुन्हा होतील का?

एकदा मालिनीताईंचा मला अचानक फोन आला – ''आत्ता ई टीव्हीवर तुमचं गाणं ऐकलं. तुम्ही इतकं छान गाता, हे मला माहीत नव्हतं, म्हणून मुद्दाम फोन केला.'' तो दिवाळी पहाटचा कार्यक्रम होता – सौ. ललिता फडके यांच्यासाठीचा. त्या क्षणी मला काय बोलावं तेच सुचेना... मी खरंच निःशब्द झालो!

एप्रिल २००५मध्ये माझी आई गेली, त्या वेळीही मालिनीताईंनी आवर्जून फोन करून माझं सांत्वन केलं, मला धीर दिला. त्यांचं प्रेम आईसारखंच होतं – हक्काचं आणि आधार देणारं!

माझे संगीतप्रेमी मित्र आणि स्नेही दिलीप लिमये हे मालिनीताईंचे मोठे भक्त. एकदा श्री. व सौ. लिमये यांनी मला विचारले, की ''मालिनीताई त्यांच्या घरी मैफील करतील का?'' पुण्यात आल्यावर मी मालिनीताईंना हा प्रश्न विचारला. त्यांनी कोणतीही अट न घालता, अतिशय सकारात्मक प्रतिसाद दिला.

पुढे कोजागिरी आणि देवदिवाळीच्या निमित्ताने लिमये यांच्या प्रशस्त हॉलमध्ये दोन सुंदर मैफिली रंगल्या. दीडशे रसिकांच्या उपस्थितीत लिमये दाम्पत्याने त्याचं अत्यंत उत्कृष्टपणे आयोजन केलं होतं.

आज मागे वळून पाहताना जाणवतं की, या सुखद - सुंदर घडामोडी सहज घडल्या नाहीत. मालिनीताईंचे संगतकार प्रसिद्ध हार्मोनियमवादक डॉ. अरविंद थत्ते – जे आमचे जिवलग मित्र आहेत – यांच्यामुळेच हे नातं जुळू शकलं. त्यांच्याशिवाय कदाचित आम्ही मालिनीताईंपर्यंत पोहोचूही शकलो नसतो.

काही प्रसंग कायमचे मनात कोरले जातात. असाच एक प्रसंग घडला. माझे

मित्र, 'मित्र फाउंडेशन'चे धनंजय गोखले – जे मंगेशकर कुटुंबीयांना जवळचे होते – यांनी मला एक अवघड काम दिलं. मास्टर दीनानाथ पुरस्कार मालिनीताईंना द्यायचं ठरलं होतं; पण त्या तो स्वीकारण्याबाबत फारशा उत्सुक नव्हत्या. ''तुझी त्यांच्याशी चांगली ओळख आहे; तू जरा बोलून बघ,'' असं धनंजयने मला सांगितलं.

मी श्रेयसमध्ये जाऊन मालिनीताईंना भेटलो.

''आपल्याला पुरस्कार जाहीर झाल्याचं कळलं, म्हणून आलो.''

''अरे, तुमच्यापर्यंत आली वाटतं ही बातमी!'', असं म्हणत त्या हसल्या.

मी थोडं धाडस करून विनंती केली – ''हा पुरस्कार आपण लताजींच्या हस्ते स्वीकारावा. हा स्वरांचा, संगीताचा सन्मान आहे. मला माहीत आहे की, आपण पुरस्कार स्वीकारणं बंद केलं आहे; पण हा त्याला अपवाद असावा. लताजींचा आणि आपला छोटा भक्त म्हणून मी ही विनंती करतो. आपण कृपया नाही म्हणू नका.''

''मी विचार करून कळवते,'' असं त्या म्हणाल्या आणि हैदराबादला परतल्या. काही दिवसांतच त्यांनी मला फोन करून पुरस्कार स्वीकारत असल्याचं सांगितले. त्या क्षणी जो आनंद झाला, तो शब्दांत मांडणं अशक्य आहे.

२४ एप्रिल – मास्टर दीनानाथ मंगेशकर यांच्या पुण्यतिथीच्या दिवशी – लताजींच्या हस्ते मालिनीताईंनी हा पुरस्कार स्वीकारला. मुंबईच्या षण्मुगानंद सभागृहात, अभिनयसम्राट अमिताभ बच्चन यांच्या उपस्थितीत हा सोहळा पार पडला. मला अत्यानंद झाला.

मात्र, एक गोष्ट मनाला लागली. माझ्या या सगळ्या प्रयत्नांची कुणालाही दखल घ्यावीशी वाटली नाही. निमंत्रण तर दूरच; साधा फोन करण्याची तसदीही कुणी घेतली नाही. नंतर मालिनीताई पुण्यात आल्यावर भेटीत म्हणाल्या, ''मी तुमच्यावर खूप रागावले आहे. तुमच्या सांगण्यावरून मी पुरस्कार स्वीकारला आणि तुम्ही आलाच नाहीत!''

त्या खूप नाराज दिसत होत्या. मी माझी बाजू शांतपणे सांगितली. हे ऐकून त्यांनाही वाईट वाटलं. मी त्यांना एवढंच म्हणालो, ''माझ्या शब्दाला, माझ्या विनंतीला तुम्ही प्रतिसाद दिलात, यातच मला सगळं मिळालं. तुमचं प्रेम आणि आशीर्वाद कायम राहू द्या.''

आणि खरंच, ते प्रेम आणि आशीर्वाद माझ्या आयुष्याची मोठी शिदोरी ठरले.

## सुगम प्रवासातील मान्यवर

सुगमचे कार्यक्रम आणि उपक्रम सुरू झाले, तसे कलावंत मंडळी केव्हा सुगम परिवाराचा अविभाज्य भाग होऊन गेली, हे कळलंच नाही. काही मान्यवरांचा सहवास अल्प काळ लाभला, तरी 'सुगम' त्यांच्या लक्षात राहिले. गायिका मालती पांडे, माणिक वर्मा, कुमुदिनी पेडणेकर, वीणा सहस्रबुद्धे तसेच कथ्थक गुरू पंडिता रोहिणी भाटे यांसारख्या ज्येष्ठ आणि मान्यवर कलाकारांनी संस्थेला दिलेल्या निरपेक्ष सहकार्यामुळेच आम्ही सुगमची वाटचाल सातत्याने पुढे नेऊ शकलो.

सुगमचे अध्यक्ष अजित सोमण, अरविंद थत्ते आणि सुधीर मोघे हे आमचे अत्यंत महत्त्वाचे मार्गदर्शक, सुगमचा एक अविभाज्य भाग होते. पंडित कुमार गंधर्व यांचे ज्येष्ठ शिष्य, मनस्वी कलावंत पंडित विजय सरदेशमुख – यांचंही सुगममधले योगदान उल्लेखनीय होतं. कार्यक्रमातील सहभाग असो वा प्रमुख उपस्थिती, त्यांचं सहकार्य नेहमीच लाभलं. साधी राहणी; पण अत्यंत उच्च दर्जाचं, अभ्यासपूर्ण गायन अशी त्यांची ओळख होती. सुगमवर त्यांचं मनापासून प्रेम होतं. दोन सुरेल तंबोऱ्यांच्या साथीने सादर होणारं त्यांचं गायन आणि त्यांच्याशी जोडलेले विचार रसिकांना वेगळीच अनुभूती देत असत.

डॉ. माधुरी जोशी यादेखील सुगमवर मनापासून प्रेम करणाऱ्या अभ्यासू गायिका! त्यांनी सुगमसाठी काही गाणी सादर केली. त्या मूळच्या शास्त्रीय गायिका असल्याने त्यांची वैचारिक बैठक आणि दृष्टी नेहमीच नवीन कामासाठी आम्हांला प्रेरणा देणारी ठरायची. त्यांच्या सूक्ष्म निरीक्षणातून आणि अभ्यासपूर्ण दृष्टिकोनातून सुगमच्या कामाला एक वेगळी दिशा मिळत असे.

सुगमच्या *'तुझे गीत गाण्यासाठी'* या कार्यक्रमासाठी बाबूजी उपस्थित राहणार होते. त्या निमित्ताने आमंत्रण द्यायला मी ज्ञानतपस्वी प्राध्यापक राम शेवाळकरांना भेटलो. निमंत्रण देताच ते अत्यंत आपुलकीने आले आणि कार्यक्रमाच्या समाप्तीपर्यंत उपस्थित राहिले. शांताबाई शेळके यांच्या घरीही आम्ही गेलो होतो. मात्र, त्यांची तब्येत ठीक नसल्याने त्या येऊ शकल्या नाहीत, याची खंत राहिली. ही सर्व मोठी माणसं कालांतराने पडद्याआड गेली; पण आम्हांला त्यांचं प्रेम व आशीर्वाद लाभले हेच आमचं मोठं भाग्य!

संगीतकार आणि कवी यशवंत देव यांची सुगमच्या पहिल्या पर्वात, स्नेहसदन येथे एक अत्यंत सुंदर मुलाखत झाली होती. *'सुगम संगीत प्रकट चिंतन'* या उपक्रमाद्वारे देवसाहेब आणि करुणा देव आमच्यात आले आणि त्यांच्याशी

स्नेह जुळला. मुंबईला गेलो की मी हक्काने त्यांच्या घरी जायचो. सांगीतिक चर्चा व्हायची. देवसाहेबांवर केंद्रित कार्यक्रमही सुगमने आयोजित केला होता. आमच्यावरील त्यांचं प्रेम आणि आपुलकी शेवटपर्यंत कायम राहिली.

*'अमृताची गोडी'* या माणिकबाईंच्या कार्यक्रमानिमित्ताने संगीतकार व संयोजक प्रभाकर जोग मुंबईहून खास आमच्यासाठी आले, हे आवर्जून नमूद करावं लागेल. नंतर ते पुण्यात स्थायिक झाले आणि वेळोवेळी सुगमसाठी उपस्थित राहून मार्गदर्शन करत राहिले. त्यांचा स्नेह आणि प्रेमही शेवटपर्यंत अखंड राहिले.

ज्येष्ठ कवी आणि गीतकार गंगाधर महांबरे यांनीही सुगमवर अत्यंत निरपेक्ष प्रेम केलं. दूर अंतरावर राहत असूनही ते आणि सौ. महांबरे दोघंही आवर्जून सुगमच्या कार्यक्रमांना उपस्थित राहत. त्यांची उपस्थिती आम्हांला नेहमीच आनंद आणि प्रेरणा देणारी ठरायची. त्यांच्या कवी म्हणून असलेल्या प्रवासावर स्वतंत्र उपक्रम करता आला नाही, ही खंत मनात कायम राहील. मात्र, त्यांचा पाठिंबा, प्रेम आणि आशीर्वाद आम्ही कधीही विसरू शकत नाही.

कवी आणि गझलकार रमण रणदिवे हे सुगमच्या वाटचालीतील एक अत्यंत महत्त्वाचं नाव आहे. त्यांच्या *'ऋतू फुलांचा'* या कवितासंग्रहावर आधारित कार्यक्रम सुगमने सादर केला आणि त्यांच्या कवितेला मंचावर बोलते केले. शब्दांवरील त्यांचं निष्ठावंत प्रेम, विचारांची खोली आणि प्रभावी वक्तृत्व हे त्यांच्या व्यक्तिमत्त्वाचे खास पैलू आहेत. त्यांच्या अमृत महोत्सवाचे निमित्त साधून त्यांच्या गौरवग्रंथासाठी मी 'रेशीमधागे' या लेखातून माझ्या भावना व्यक्त केल्या आहेत. २०१८मध्ये त्यांची विशेष मुलाखत मी महाराष्ट्र साहित्य परिषदेमध्ये घेतली होती. त्या वेळी राजेश दातार आणि योगिता गोडबोले यांनी रमण यांनी संगीतबद्ध केलेली काही निवडक गाणी सादर केली होती.

सुस्वभावी, गुणी आणि अभ्यासू अशा रमण रणदिवेंचा सहवास मला अनेक वर्षं जवळून अनुभवता - अभ्यासता आला, हे मी माझं भाग्य समजतो. आजही त्यांची शब्द आणि स्वर यांची पूजा सुरूच आहे; आणि ते सतत आम्हांला आनंद देत आहेत, हे विशेष!

## सुधीर फडके आणि ललिता फडके : एक दैवी सहवास

शालेय वयापासूनच मला सुधीर फडके यांच्या गाण्याचं विलक्षण आकर्षण होतं. माझा गाण्याकडचा कल लक्षात घेऊन माझी त्यांच्याशी पहिली भेट गुरुजींनीच

(मॉडर्न हायस्कूलमधील – संगीतशिक्षक पंडित रामचंद्र विनायक पटवर्धन) घडवून आणली. पुढे रेडिओच्या काळात, १९८०मध्ये गीतरामायण रजत महोत्सवाच्या निमित्ताने बाबूजींच्या समवेत खूप काही शिकायला मिळालं. त्या काळातील अनेक तपशील माझ्या इतर लिखाणात आलेले असल्याने इथे त्याचा फक्त उल्लेख करतो.

त्यांचा खरा आणि अत्यंत महत्त्वाचा सहवास मात्र 'सुगम'मुळे मिळाला. प्रसंग घडत गेले आणि चित्रकुटीमध्ये तसेच मुंबईतील शंकर निवासमध्ये भेटीगाठी सुरू झाल्या. बाबूजी माझ्यासाठी दैवत होते. त्यांनी माझ्यावर पुत्रवत प्रेम केले. ललिताबाईंनीही आईसारखी माया दिली. केव्हाही त्यांच्या घरी गेलो तरी चहा-पाण्यापासून ते जेवणापर्यंत घरीच थांबण्याचा आग्रह असायचा. कंटाळा आणि आळस हे शब्दच त्यांना ठाऊक नव्हते.

*'वीर सावरकर'* चित्रपटाच्या कामात बाबूजी फारच व्यग्र होते. एकदा मी आणि संजय चित्रकुटीत त्यांना भेटायला गेलो, तेव्हा त्यांनी त्यांच्या भारतभ्रमणातील काही प्रसंग सांगितले. ते ऐकताना अंगावर रोमांच उभे राहिले! हे प्रसंग पुढे त्यांच्या 'जगाच्या पाठीवर' या पुस्तकात आले. या चित्रपटाच्या काळात काही नतद्रष्ट मंडळी मूर्खासारखी टीका करत होती; पण बाबूजी शांतपणे म्हणायचे, ''माझा चित्रपटच त्यांना उत्तर देईल.'' आणि खरोखरच त्यांचं हे स्वप्न साकार झालं!

याच सुमारास गदिमा प्रतिष्ठानतर्फे 'गृहिणी सखी सचिव' पुरस्कार ललिताबाईंना जाहीर झाला. आम्हां सर्वांनाच अतिशय आनंद झाला. त्यांच्या स्वरमय, समर्पित जीवनाचा वेध घेणाऱ्या विशेष संगीतमय दृकश्राव्य कार्यक्रमाची जबाबदारी सुगमवर सोपवण्यात आली. १४ डिसेंबर १९९९ रोजी 'अशी सखी सहचरी – ललिता फडके देऊळकर' यांचा जीवनपट टिळक स्मारक मंदिर येथे रसिकांसमोर सादर केला. या निमित्ताने बाबूजी, ललिताबाई आणि श्रीधर यांचा सहवास आम्हांला दीर्घ काळ लाभला.

पुढे २०००मध्ये ललिता पंचमीच्या निमित्ताने त्यांच्या पंचाहत्तराव्या वर्षपूर्तीनिमित्त मनोहर मंगल कार्यालयात हाच कार्यक्रम पुन्हा सादर झाला. हाच कार्यक्रम पुनश्च दिवाळीच्या पाडवा पहाटमध्ये *'ललितरंजनी'* या शीर्षकाखाली (ललिताबाईंवरील विशेष सांगीतिक कार्यक्रम) ई-टीव्हीवरून सादर झाला. श्रोत्यांना त्यांच्या मोलाच्या सांगीतिक कामगिरीची ओळख या निमित्ताने झाली. लग्नानंतर बाबूजींची कारकिर्द बहरावी आणि घराकडे लक्ष देता यावं म्हणून

ललिताबाईंनी स्वतःचं गायन मागे ठेवलं. त्या सावलीसारख्या बाबूजींच्या पाठीशी उभ्या राहिल्या. त्या म्हणायच्या, *'जेथे राघव, तिथे सीता.'* त्यांचा त्याग, साधेपणा, उत्तुंग प्रतिभा आणि दूरदृष्टी यामुळेच हे दोघं सर्वोच्च स्थानी पोहोचले.

*'वीर सावरकर'* चित्रपट पूर्ण झाल्यावर ललिताबाईंचा आनंद मी प्रत्यक्ष अनुभवला. बाबूजींचे कष्ट त्यांनी जवळून पाहिले होते. स्वप्नपूर्तीचं समाधान त्यांच्या चेहऱ्यावर स्पष्ट दिसत होतं.

या कष्टमय प्रवासानंतर मी, अजित सोमण आणि संजय पंडित बाबूजींना भेटायला मुंबईला गेलो. त्यांना एक योजना सांगितली. चार-पाच दिवस दोघांनी आमच्याबरोबर येऊन पुण्याजवळील एखाद्या फार्महाउसवर विश्रांती घ्यावी. वेळ मिळेल तसा निवांतपणे संगीतप्रवास आणि जीवनप्रवास निसर्गाच्या सान्निध्यात कॅमेऱ्यासमोर सांगावा. ललिताबाईंना ही कल्पना फार आवडली. बाबूजींनी मात्र स्पष्ट नकार दिला – "खूप खर्च होईल... आणि एवढा काही मी मोठा नाही." काही क्षण शांतता पसरली. नंतर बाबूजीच म्हणाले, "मी आणि ललिता पुण्याला येतो आणि मी माझ्या पूर्वायुष्याबद्दल लिहिलेल्या पानांचं वाचन करतो; तुम्ही ते रेकॉर्ड करा. पण, ते अर्धवट आहे अजून... प्रथम ते पुरं करतो." आम्हांला थोडा दिलासा मिळाला. पण, नियतीच्या मनात काही वेगळंच होतं.

चित्रपटानंतर बाबूजी फार थकले होते. चालताना, बोलताना ते जाणवत होतं. एकदा सकाळी चित्रकुटीत भेटायला गेलो तेव्हा ललिताबाई म्हणाल्या, "अगदी वेळेवर आलात. प्रभात थिएटरमध्ये *'वीर सावरकर'*चा प्रीमियर आहे. बाबूजींबरोबर तुम्ही असलात तर माझी काळजी कमी होईल. त्यांचा चालताना तोल जातो आहे."

ललिताबाईंच्या सांगण्यावरून मी त्यांच्या सोबत राहिलो. अर्थात, बाबूजींना ते माहीत नव्हतं आणि असं कुणी आपल्याबरोबर असणं रुचलंही नव्हतं. शरीर साथ देत नसतानाही बाबूजी जिद्दीने म्हणायचे, "मला भारतभर 'वीर सावरकर' चित्रपटाचा प्रचार करायचा आहे." मी त्यांना चित्रकुटीत परत सोडलं आणि आईंची परवानगी घेऊन निघालो. ती माझी त्यांच्याबरोबरची अखेरची भेट ठरली!

बाबूजी परत पुण्याला आलेच नाहीत. ते अत्यवस्थ झाले आणि हिंदुजा रुग्णालयात दाखल झाले. मी, सुधीर मोघे, अजित सोमण, संजय पंडित त्वरित मुंबईला गेलो. २५ जुलै २००२ हा त्यांचा अखेरचा वाढदिवस ठरला. आम्ही सर्व जण त्यांना भेटलो. तब्येत सुधारण्याची शक्यता खूपच कमी होती. २९ जुलै २००२

रोजी बाबूजी आपल्यातून गेले. भावसंगीतातला तळपता सूर्य अस्ताला गेला! दादरच्या सावरकर प्रतिष्ठानच्या हॉलमध्ये अंतिम दर्शनासाठी त्यांचं पार्थिव ठेवलं होतं. गीतरामायण मंद स्वरात ऐकू येत होतं; पण रामाचा गोडवा गाणारे बाबूजी कायमचे मौन झाले होते!

शेजारच्या हॉलमध्ये संगीत तसेच इतर अनेक क्षेत्रांतील दिग्गज मंडळी शांतपणे बसली होती. बाबूजींचे जिवलग मित्र रामभाऊ फाटक सुन्न अवस्थेत बसले होते. दुपारी फुलांनी सजवलेल्या ट्रकवरून अंत्ययात्रा निघाली. आम्ही – रवींद्र आपटे, मकरंद केळकर आणि इतर काही मंडळी – श्रीधरजींना शक्य तेवढी मदत करत होतो. दादरच्या घरावरून शिवसेना भवन चौकातून स्मशानभूमीकडे जाताना ललिताबाईंनी खिडकीतून बाबूजींचं अखेरचं दर्शन घेतलं.

मला राहवेना म्हणून आईंना भेटायला वर गेलो. शंकर निवासमध्ये घरात बरीच माणसं होती. त्या सगळ्या गोंधळातही आई अत्यंत शांतपणे सर्वांना धीर देत होत्या. बिंदूमाधव जोशी आईंशी काही बोलत होते. मी शांतपणे उभा होतो. बिंदूमाधव यांना आई म्हणाल्या, "हे श्रीपाद उंब्रेकर – पुण्याचे. सुगमसाठी खूप छान काम करतात आणि गीतरामायण फार सुंदर गातात." अशा प्रसंगात माझ्याविषयी बोलणाऱ्या त्या माउलीसमोर शब्दच हरवले. त्यांच्या परवानगीने मी दादर स्मशानभूमीकडे निघालो.

बाबूजींना खांदा देण्यापासून चंदनाची फुले वाहीपर्यंतच्या त्या प्रचंड गर्दीतही श्रीधरजींनी मला घरच्यासारखे मानले. मनोमन बरं वाटलं. बाबूजींचं अखेरचं दर्शन घेतलं आणि अंतःकरण व्याकूळ झालं. सर्वत्र एक विलक्षण शांतता पसरली होती. जनसमुदाय अश्रूंना वाट करून देत उभा होता. काही क्षणांतच बाबूजी अनंतात विलीन झाले. लहानपणापासूनच्या आठवणींचा सारा पट डोळ्यांसमोर उभा राहिला.

जड अंतःकरणाने श्रीधरजींची भेट घेऊन मी पुण्याकडे निघालो. रवींद्र आपटे, त्यांचे भाऊ आणि मकरंद केळकर – असे आम्ही बाबूजींच्या आठवणी काढत-काढतच पुण्याला आलो. काहीच दिवसांत सुगम आणि स्वरानंदतर्फे भरत नाट्य मंदिरात बाबूजींना दृकश्राव्य स्वरूपात श्रद्धांजली अर्पण करण्यात आली.

आईंचा अधूनमधून फोन होत असे. आता त्या एकट्या असल्याने श्रीधरकडे विलेपार्ले येथे राहायला गेल्या होत्या. ११ एप्रिल २००३ रोजी रामनवमीच्या निमित्ताने बाबूजींच्या स्मरणार्थ भरत नाट्य मंदिरात सुगमतर्फे गीतरामायण सादर झाले.

ललकारचे नानासाहेब आपटे – बाबूजींचे अगदी घरचेच. त्यांच्या

पुण्यतिथीनिमित्त आणि बाबूजींच्या प्रथम स्मृतिदिनानिमित्त *'दुर्मीळ बाबूजी'* हा दृकश्राव्य कार्यक्रम आपटे कुटुंबीयांकडून सुगमतर्फे भरत नाट्य मंदिरात सादर करण्यात आला.

हा सारा वृत्तान्त मी ललिताबाईंना घरी जाऊन सांगितला. त्यांना खूप समाधान वाटले. बाबूजींनी आम्हांला दिलेल्या शब्दाप्रमाणे भूतकाळातील प्रसंगांचं वाचन काही होऊ शकलं नाही. त्यांचं लिखाणही अपुरंच राहिलं. फडके परिवाराने ते अपुरं आत्मचरित्र *'जगाच्या पाठीवर'* या पुस्तकाद्वारे प्रसिद्ध केलं. आईंनी आठवणीने ते पुस्तक मला पाठवलं, हे विशेष! त्याबद्दल मी त्यांचे मनःपूर्वक आभार मानले.

या पुस्तकात अगदी वाचवत नाहीत असे काही प्रसंग आहेत. ते वाचताना प्रभातपूर्व काळातील त्यांचा अत्यंत खडतर प्रवास त्यात स्पष्ट उलगडतो. या दैवी माणसाचा प्रवास सुरुवातीपासून अंतापर्यंत कसा घडला हे अभ्यासले तर मति गुंग होते. लग्नानंतर बाबूजींना खंबीर साथ देणाऱ्या ललिता फडके-देऊळकर यांचं योगदान अतिशय महत्त्वाचं आहे.

श्रीधरजींच्या मुलीच्या लग्नानिमित्त आईंशी भेट झाली. अत्यंत प्रेमाने आणि आपुलकीने त्यांनी विचारपूस केली. जेवण झाल्यावर नमस्कार करून आशीर्वाद घेत पुण्याला जायला निघालो, तेव्हा त्यांनी नेहमीच्या मायेने सांगितलं – ''सावकाश जा! कोण आहे बरोबर? पोहोचल्यावर आठवणीने फोन कर.'' काय म्हणावे या मायमाउलीला!

दुर्दैवाने, तीच आईंची माझ्याशी झालेली शेवटची भेट ठरली. काहीच दिवसांत वृद्धापकाळाने त्यांनी या जगाचा निरोप घेतला. अतोनात दुःख झाले; पण काय करणार!

बाबूजी आणि आई – दोघांचाही सहवास, प्रेम, आशीर्वाद आणि पाठिंबा मला लाभला, हेच माझं मोठं सौभाग्य! अशी दैवी माणसं पुन्हा होणे नाही!

त्यांना माझा साष्टांग दंडवत!

# काही विशेष घटना

## 'संगीत तुझ्या गळा, माझ्या गळा'

माझं गाणं बंद होत चाललंय, याचा अंदाज प्रभाकर वाडेकर यांना आला होता. त्यांनी त्यांच्या गुणी मित्र-लेखक अनिल जोशी यांच्या मदतीने मला समोर ठेवून *'संगीत तुझ्या गळा, माझ्या गळा'* हे संगीत नाटक लिहिलं.

त्यात माझी मुख्य भूमिका होती. त्यावर आमची चर्चादेखील झाली.

मी पहिली दहा पानं वाचली, पण मला त्या लिखाणातील काही तात्त्विक मुद्दे आणि थोडासा टिंगलीचा सूर खटकला, त्यामुळे मी ती भूमिका नाकारली. वाडेकर आणि जोशी यांच्याबरोबर यावर परत चर्चा झाली, काही तोडगा निघतो का ते पाहिलं; पण शेवटी मला ते फारसं रुचलं नाही.

असो – हे दोघंही आज काळाच्या पडद्याआड गेले, आणि त्यांचं ते स्वप्न अपुरंच राहिलं. मात्र, मला जे सर्वाधिक आश्चर्य आणि आनंद वाटला, तो म्हणजे – ७१ पानांचं संपूर्ण संगीत नाटक त्यांनी माझ्यासाठी लिहिलं होतं! इतकं प्रेम आणि श्रम त्यांनी घेतले हे माझ्यासाठी फार मोठं कौतुकाचं कारण आहे. नाटक उभं राहिलं नाही, याचं थोडं वाईट वाटलं; पण तेव्हा वेळ निघून गेली होती.

## ...आणि स्नेह जुळून आला : राघवेंद्र भीमसेन जोशी

१४ सप्टेंबर २०१२ रोजी *'दिनायन पर्व'* या उपक्रमांतर्गत अरुण काकतकर यांनी लतादीदींच्या पुण्याच्या दीनानाथ रुग्णालयातील सभागृहात 'बाबूजी' हा दृकश्राव्य कार्यक्रम आयोजित केला होता. कार्यक्रमाला अफाट गर्दी झाल्याने वातावरण

थोडं तापलं होतं. कार्यक्रम संपल्यानंतर मी आणि काही मित्र समोरच्या अभिषेक हॉटेलमध्ये जेवायला गेलो.

तिथे बसले होते राघवेंद्र भीमसेन जोशी. माझ्या गुरू शर्टकडे पाहून त्यांनी माझ्याबरोबर असलेल्या धनंजय गोखले यांना विचारलं – ''काही कार्यक्रम होता का?'' धनंजयचा त्यांच्याशी परिचय असल्याने त्याने माझी ओळख करून दिली आणि ''हे 'बाबूजी' कार्यक्रमाचे सादरकर्ते आहेत,'' असं सांगितलं.

राघवेंद्रजींनी मला विचारलं, ''मला हा 'बाबूजी' कार्यक्रम दाखवाल का?'' मी आनंदाने होकार दिला.

त्यांनी तिथेच भीमसेनजींची एक बंदिश गायला सुरुवात केली. अगदी वडिलांचा आविर्भाव – तीच देहबोली, तीच नजर, तोच स्वर – अगदी तंतोतंत जुळणारं! मी मनोमन थक्क झालो. हॉटेलमधील इतर मंडळी मोठ्या आदराने त्यांना मोठ्याने गायचा आग्रह करू लागली. सर्वत्र शांतता पसरली!

मग त्यांनी मला विचारलं, ''काय म्हणू?''

मी त्यांना 'गांधारी राग म्हणा,' असं सांगितलं.

ते आश्चर्याने म्हणाले, ''अण्णांनी हा राग केव्हा गायला होता?''

मी त्यांना सांगितलं, ''दूरदर्शनवरील स्वरभास्कर कार्यक्रमात जी. एन. जोशी यांनी दोन भागात घेतलेल्या भीमसेनजींच्या *'स्वरभास्कर'* या मुलाखतीत हा राग त्यांनी सादर केला होता.''

''मला म्हणून दाखवा!'' असं त्यांनी सांगितल्यावर मी त्यांना तो राग ऐकवला. ऐकून त्यांना खूप समाधान वाटलं. त्यांनी विचारलं, ''मला हा कार्यक्रम द्याल का?''

मी हसून म्हणालो, ''अहो, हा कार्यक्रम तुमचाच आहे!''

नंतर काही दिवसांत आम्ही तो कार्यक्रम त्यांना सुपुर्द केला आणि माझ्या कार्यक्रमासही त्यांना आमंत्रित केलं. त्यांनी अतिशय प्रेमाने मला त्यांच्या *गाणाऱ्याचं पोर* या पुस्तकाच्या प्रकाशनाला बोलावलं आणि पुस्तक भेट म्हणून दिलं.

त्या भेटीनंतर आमचे स्नेहबंध कायमचे जुळले. राघवेंद्रजी – पाण्याच्या शोधाची सिद्धी असलेले, जाणकार, सच्चे कलाकार आणि लेखक! अल्पावधीत त्यांनी मला मनापासून आपलंसं केलं. परंतु दुर्दैवाने, हा गुणी कलावंत फार लवकर आपल्यातून निघून गेला... आणि त्याच्या जाण्याने एक निर्मळ स्वर कायमचा शांत झाला!

## एक सोनेरी क्षण

संगीतकार यशवंत देव आणि करुणा देव सुगमच्या कार्यक्रमासाठी पुण्यात आले होते. मी आणि संजय पंडित त्यांना भेटायला हॉटेल श्रेयसमध्ये गेलो होतो. संजयने खास चितळे बंधूंची आंबा बर्फी आणली होती. देव दाम्पत्याची भेट झाल्यावर संजयने ती बर्फी त्यांना दिली. तेव्हा यशवंत देव म्हणाले, ''बाहेर टेरेसवर बसलेल्या महान संगीतकारांना आधी ही बर्फी द्या... मग आपण ती प्रसाद म्हणून ग्रहण करू.''

आम्ही लगेच टेरेसवर गेलो आणि बघतो तर काय... साक्षात बुजुर्ग संगीतकार अनिल विश्वास आमच्या समोर! त्यांची छान भेट झाली, बोलणं झालं. आम्ही त्यांना बर्फी दिली तेव्हा ती आनंदाने खात मिश्किलपणे म्हणाले, ''मीनाजी ऊपर पूजा कर रही है, उनसे इस बर्फी के बारे में कुछ मत कहना.'' त्यांना खूप गोड पदार्थ खाण्यास मनाई होती.

ते आणि मीना कपूर काही कामानिमित्त पुण्यात आले होते. यशवंत देव अनिलजींना गुरुस्थानी मानतात. त्या दोघांची श्रेयसमध्ये झालेली ही अचानक भेट हा विलक्षण योगायोग होता! त्या अनपेक्षित भेटीने आम्हांला कायमचा आनंद दिला. असे सोनेरी क्षण आयुष्यात ठरवून येत नाहीत – ते आपोआप घडतात आणि अमीट ठसा उमटवून जातात!

## कविता पानोपानी तपःपूर्ती समारोह

कवी सुधीर मोघे यांच्या *'कविता पानोपानी'*च्या तपःपूर्ती समारोहात, भरत नाट्य मंदिरात कविराजांची गाणी आणि सत्कार समारंभ असा कार्यक्रम होता. पुण्यातील गायक-गायिकांनी त्यांची गाणी गाऊन त्यांना सलाम केला. त्या कार्यक्रमात *'सखी मंद झाल्या तारका'* हे गाणं सादर करण्याची संधी मला मिळाली. अध्यक्षस्थानी होते यशवंत देव आणि श्रोत्यांमध्ये उपस्थित होते रासिकाग्रणी प्रसिद्ध चित्रकार रवी परांजपे! माझं गाणं संपल्यावर त्यांच्याकडून मिळालेली टाळ्यांची दाद आजही मनात घुमते. आणि ''कल्पना नव्हती, की तुम्ही इतकं चांगलं गाता!' हे त्यांचे उद्गार आजही मनाला सुखावतात.

## गुरुजींचा तानपुरा आणि इलेक्ट्रॉनिक तानपुरा

माझे आदरणीय गुरुजी रामचंद्र विनायक पटवर्धन यांनी मला प्रेमाने एक तानपुरा दिला होता. त्यांच्या हातून मिळालेला तो तानपुरा माझ्यासाठी केवळ वाद्य नव्हे, तर त्यांच्या आशीर्वादाचा नादमय प्रतीक होता!

परंतु, काळाच्या ओघात माझं गाणं थांबलं आणि त्या तानपुराचाही झंकारही मंदावला. मनात विचार आला... हा तानपुरा वाजता राहिला पाहिजे. म्हणूनच, मी तो गुरुजींची कन्या जयश्री हिच्या पुढील पिढीसाठी सुपुर्द केला. आता तो तानपुरा त्यांच्या घरात पुन्हा झंकारतो आहे, तो वाजता राहणं हीच माझ्यासाठी खरी समाधानाची बाब आहे.

दरम्यान, काळ बदलला आणि इलेक्ट्रॉनिक तानपुऱ्याचे युग आले. सोयीसाठी हे नवे तंत्रज्ञान निश्चितच उपयुक्त आहे. माझ्या सहकारी अनुराधा मराठे यांच्या गरजू अंध विद्यार्थिनीसाठी मी माझा इलेक्ट्रिक तानपुरा तिच्या कॉलेजमध्ये जाऊन स्वतः भेट दिला. त्या मुलीचं नाव कविता –अत्यंत गुणी आणि समर्पित विद्यार्थिनी.

तिने मला विचारलं, ''सर, या तानपुऱ्याचे मोल मी तुम्हांला किती देऊ?''

मी हसत तिला म्हटलं, ''तू याचा रियाजसाठी उत्तम वापर कर आणि खूप मोठी हो... हेच याचं खरं मोल आहे!''

त्या क्षणी माझ्या मनात एक अनामिक समाधान दाटून आलं... जणू गुरूंचा आशीर्वाद पुन्हा एका नव्या रूपात झंकारला होता.

## पंडित शरद साठे यांची भेट

मित्र फाउंडेशनतर्फे पुण्यातील बालगंधर्व रंगमंदिरात पंडित रघुनंदन पणशीकर यांचे गायन आयोजित केले होते. त्या कार्यक्रमात गौरव निधी देऊन मान्यवर कलाकाराचा सत्कार करण्याचा आमचा मानस होता.

पंडित शरद साठे हे माझे अतिशय आवडते गायक असल्याने मी त्यांचं नाव सुचवले. ते पंडित डी. व्ही. पलुस्कर यांचे पट्टशिष्य... गुरू आणि शिष्य दोघंही महान!

आम्ही त्यांच्या घरी जाऊन भेट घेतली. आमच्या विनंतीला मान देऊन त्यांनी कार्यक्रमाला उपस्थित राहण्याचं मान्य केलं. त्यांच्या उपस्थितीमुळे तो कार्यक्रम अधिकच शानदार झाला. बालगंधर्वमध्ये त्यांचा यथोचित गौरव करता आला; आणि माझ्या आवडत्या गायकाचा सत्कार झाला, याचा मला अतिशय आनंद झाला.

त्या दिवशी रघुनंदनचे गायनही अतिशय सुरेल आणि भावपूर्ण झाले. संध्याकाळचा तो संगीताचा सोहळा आजही मनात कायम ताजा आहे.

## सतार-सरोद अद्वैत : एक संस्मरणीय भेट!

मित्र फाउंडेशनच्या पुढाकाराने पुण्याच्या यशवंतराव नाट्यगृहात एक अविस्मरणीय सतार-सरोद जुगलबंदीचा कार्यक्रम आयोजित केला होता. या कार्यक्रमात सिनेसृष्टीशी जोडलेल्या प्रख्यात सरोदवादिका श्रीमती झरीन शर्मा- दारूवाला आणि त्यांचे पती अशोक शर्मा यांनी आपले अप्रतिम वादन सादर केले. त्यांच्या सादरीकरणाने मैफील रंगतदार झाली आणि प्रत्येक श्रोत्याचे मन मोहित झाले.

कार्यक्रम संपल्यावर मी त्यांच्याशी संवाद साधला आणि अरेंजर शामराव कांबळे तसेच सुधीर फडके यांच्या योगदानाबद्दल त्यांना विचारलं. त्यांना ऐकून अत्यंत आनंद झाला आणि त्यांनी माझी खूप आत्मीयतेने विचारपूस केली. मी त्यांना आदरपूर्वक नमस्कार केला.

## प्यारेलालजींच्या सहवासात

१६ ऑक्टोबर २०१३ रोजी अचानक धनंजय गोखले याने मला फोन करून सांगितलं – ''आपल्याला मुंबईला जायचंय... प्यारेलालजींना भेटायला! आपण त्यांच्यावर एक दृकश्राव्य कार्यक्रम करतोय.'' या कार्यक्रमाचा सूत्रसंचालक म्हणून आकाशवाणीचे अभ्यासू निवेदक, मित्र मंगेश वाघमारे यांची निवड झाली होती.

आम्ही मुंबईला निघालो आणि प्यारेलालजींची पहिली भेट एक अविस्मरणीय अनुभव ठरली. त्यांच्या आत्मीयतेने, प्रेमाने आणि आशीर्वादाने भारावून गेलो. त्यांना भेट म्हणून माझी *'आठवणीतल्या कविता'* ही सीडी दिली. पुढे, २४ नोव्हेंबर २०१३ रोजी पुण्यात प्यारेलालजींनी स्वतः उपस्थित राहून या दृकश्राव्य कार्यक्रमात उत्स्फूर्त सहभाग घेतला. त्यांच्या कारकिर्दीविषयी ऐकताना, त्या सुवर्णकाळाचा एक भाग झाल्यासारखे वाटले.

'मित्र फाउंडेशन'च्या २०१३च्या निर्मितीपैकी हा एक वेधक कार्यक्रम ठरला.

## गदिमा स्मृती समारोहात, सुधीर फडके यांचे 'डोळ्यांमधले आसू' कवी - संगीतकारासमोर सादर

गदिमा स्मृती समारोहात, सुधीर फडके यांचे *'डोळ्यांमधले आसू'* हे प्रसिद्ध गीत मला गाण्याचा योग आला. त्या कार्यक्रमात समोर बसलेले होते गीताचे गीतकार मंगेश पाडगावकर आणि संगीतकार यशवंत देव! मी तन्मयतेने हे गीत सादर केलं आणि मनःपूर्वक त्या गीताच्या निर्मात्यांना अर्पण केलं. त्यांच्याकडून मिळालेली दाद माझ्यासारख्या कलाकारांसाठी किती अनमोल आहे हे शब्दांत

व्यक्त करणं अवघड आहे. हे गीत मी कधीही परत गायले नाही; त्या दिवशीच्या सादरीकरणाने मी अगदी आतून भरून पावलो... असे क्षण आयुष्यात कधीतरीच येतात, नाही का!

## पंडित भास्करबुवा जोशी आणि गुरुपौर्णिमा

पंडित भास्करबुवा जोशी – वझेबुवांचे ज्येष्ठ शिष्य. एकदा गुरुपौर्णिमेच्या दिवशी गुळवणी महाराज मठात त्यांची भेट झाली. ते तिथे नेहमी येत असत आणि गात असत. माझी ओळख त्या निमित्ताने झाली. त्या दिवशी त्यांना गुरुदक्षिणा देत साजरी केलेली गुरुपौर्णिमा अविस्मरणीय! नंतर खूप वेळा भेटत राहिलो. त्यांच्या काळातले अनेक प्रसंग त्यांच्याकडून ऐकता आले. आम्ही 'मित्र फाउंडेशन'तर्फे त्यांचा गौरव निधी देऊन सत्कार केला.

## ओ. पी. नय्यर : गाण्यांच्या सुवर्णकाळाची आठवण

सतीश पाकणीकर, फोटोग्राफी क्षेत्रातील एक अष्टपैलू कलाकार, यांच्याशी एका कार्यक्रमात गप्पा रंगल्या. बोलता-बोलता त्यांनी मला लिहायला सुचवले आणि मी लिखाणाच्या प्रवासाला सुरुवात केली.

२०१४च्या सुरुवातीला सतीशने एक अद्वितीय संगीतमय प्रकल्प हाती घेतला – *ओ. पी. नय्यर यांच्या संगीतमय प्रवासावर आधारित कॉफी टेबल बुक*!

या पुस्तकात सतीशने स्वतः काढलेले अप्रतिम फोटो, ओ. पी. नय्यर यांची अविस्मरणीय गाणी, आणि त्यावर पंडित शिवकुमार शर्मा यांचे अभ्यासपूर्ण भाष्य या साऱ्यांची मनोहारी संगती होती. १६ जानेवारी २०१४ रोजी, ओ. पी. नय्यर यांच्या जन्मदिनी, सुप्रसिद्ध संतूरवादक पंडित शिवकुमार शर्माजींच्या हस्ते या पुस्तकाचे प्रकाशन झाले.

या प्रकाशन सोहळ्यात आणखी एक विशेष घटना घडली – ती म्हणजे, सिलोन रेडिओचे ज्येष्ठ निवेदक गोपाळ शर्मा यांची उपस्थिती! हा खरोखरच एक अत्यंत अविस्मरणीय प्रसंग ठरला. या पुस्तकासोबतच एक सुंदर सीडीही ऐकायला मिळाली, जिच्यात ओपींच्या संगीतमय प्रवासाची आठवण जपणारी गाणी होती. या कार्यक्रमाच्या निमित्ताने सहभागी होण्याचा योग आला. असा सोहळा परत-परत घडत नाही, हे जाणवलं आणि त्या आठवणी मनात कायम घर करून राहिल्या. या निमित्ताने शिवजींच्या हस्ते माझा सत्कारही झाला.

संगीताच्या सुवर्णकाळाला नमन करत, आठवणींच्या गोड सुरावटी जपण्याचा हा एक अविस्मरणीय प्रवास ठरला!

## भीमसेनजींच्या घरी रिहर्सल

राहुल घोरपडेच्या 'हे स्वप्नांचे पक्षी' या कार्यक्रमाची रंगीत तालीम भारतरत्न **पंडित भीमसेन जोशींच्या घरी** ठरली होती. कारण, **श्रीनिवास खळे साहेब** तेव्हा भीमसेनजींकडे उतरले होते आणि **शुभदा भीमसेन जोशी** या कार्यक्रमात गाणार होत्या. शुभदाताईंनीच सुचवले की, रंगीत तालीम आमच्याच घरी करू या. कार्यक्रमाच्या आधीच्या तालमी **नारद मंदिरात** पार पडल्या होत्या.

भीमसेनजींच्या घरी तालीम हे खरंतर स्वप्नवत होतं! मात्र, मनावर 'भीमसेन' नावाचं विलक्षण दडपणही आलं. अभिजात संगीताच्या या अनभिषिक्त सम्राटासमोर गाणं हे आम्हां कलाकारांसाठी फारच धाडसाचं काम होतं.

मी आम्हां कलाकारांची ही मनःस्थिती खळे काकांना सांगितली. ते हसले आणि अगदी सहजपणे म्हणाले, ''त्याची काळजी करू नका. मी अण्णांना सांगतो.''

...आणि खरंच – अण्णांनी अर्थात भीमसेनजींनी आमचं अत्यंत आपुलकीने स्वागत केलं. कार्यक्रमाबाबत छान चर्चा झाली. त्यांच्याबरोबर चहापान झालं. आणि त्यानंतर पंडितजी त्यांच्या कामाला निघून गेले.

त्या क्षणी आमचा जीव जणू भांड्यात पडला!

रंगीत तालीम व्यवस्थित पार पडली. अर्थात, याचं श्रेय पूर्णपणे श्रीनिवास खळेंना जातं. त्यांच्या गोड स्वभावामुळे त्यांचा सहवास आमच्यासाठी फार मोठा आनंदाचा भाग होता.

## आठवणी दाटतात...

चैत्रबनपासून आजपर्यंत ज्याची साथ आम्हां सर्वांना लाभली, त्या उत्तुंग व्यक्तिमत्त्वाचं नाव – डॉ. माधव थत्ते. एका दुर्दैवी क्षणी तो आम्हां सर्वांना कायमचा सोडून गेला. हे सत्य असलं तरी मन आजही ते मान्य करायला तयार नाही. आमची मैत्रीच तशी होती.

उत्कृष्ट हार्मोनियमवादक, हिंदी-मराठी संगीताची उत्तम जाण असलेला हा कलासाधक, एक सच्चा आणि प्रामाणिक माणूस होता. शंकर-जयकिशन हे त्याचे आवडते संगीतकार. त्यांच्या संगीताची त्याला असलेली सूक्ष्म जाण आणि अभ्यास

वाखाणण्याजोगा होता. दोन सिंथेसायझरसमोर बसून माधव जेव्हा वाजवायला सुरुवात करायचा, तेव्हा तो जणू काही जादूच करायचा! त्याच्या बोटांकडे पाहतच राहावं, असं वाटायचं. तीच बोटं पुढे सर्जन म्हणून ऑपरेशन थिएटरमध्ये कार्यरत झाली. व्यवसायाने तो एक अत्यंत कुशल आणि उच्च दर्जाचा सर्जन होता; पण त्यामुळे तो संगीतविश्वापासून थोडा दूर गेला. स्वतःच्या कर्तृत्वावर आणि अभ्यासाच्या बळावर त्याने पुस्तकरूपाने आणि संशोधनात्मक फार मोठं काम केलं आहे. 'चैत्रबन' आणि 'सुगम'मध्येही त्याच्या सच्च्या गुणवत्तेची झलक आमच्या कलाकार मंडळींनी अनुभवली आहे.

असा हा बुद्धिमान डॉक्टर मित्र अचानक निघून जाणं फार वेदनादायी आहे. आजही रोज सर्वांना त्याची आठवण येते. तो नसणं ही जाणीव मनाला क्लेश देत राहते... पण काय करणार! असा भला माणूस पुन्हा होणे नाही!

## सूत्रसंचालकाच्या भूमिकेत मी...

'*यशस्वी संसारासाठी गृहकौशल्य व पाककला* हे सौ. शुभांगी पोतनीस लिखित पुस्तक उद्या प्रकाशित होणार आहे,' असा माझा मित्र चंद्रशेखर पोतनीस याचा फोन आला. त्याचा प्रश्न साधा होता – ''सूत्रसंचालक आहे का कोणी ओळखीचा?'' उद्याच प्रकाशन असल्यामुळे आयत्या वेळेला कोणी मिळणं जवळजवळ अशक्यच होतं.

थोड्या विचारांती त्याने मला विचारलं, ''तूच का करत नाहीस सूत्रसंचालन?''

सूत्रसंचालकाची भूमिका किती महत्त्वाची असते, हे मला चांगलंच ठाऊक होतं. कार्यक्रमाचा ओघ, वेळेचं भान, उपस्थित मान्यवरांचा सन्मान आणि विषयाची मांडणी – हे सगळं सूत्रसंचालकाच्या खांद्यावर असतं. तरीही, क्षणभर विचार करून मी हे आव्हान स्वीकारायचं ठरवलं आणि 'हो' म्हणालो.

पुस्तकाचा विषय अत्यंत आवश्यक आणि काळाशी सुसंगत होता. गृहकौशल्य, पाककला आणि कौटुंबिक व्यवस्थापन यांसारख्या विषयांवर आधारित हे पुस्तक समाजोपयोगी होतंच! प्रकाशनासाठी विविध क्षेत्रांतील मान्यवर उपस्थित राहणार होते – पद्मश्री डॉ. विजय भटकर, व्यंगचित्रकार व लेखक मंगेश तेंडुलकर, प्रसिद्ध शेफ विष्णू मनोहर, अनुरूप विवाह संस्थेच्या गौरी कानिटकर आणि आयुर्वेदिक डॉ. कुंभार. अशा दिग्गजांच्या उपस्थितीत, आणि तेही प्रथमच, सूत्रसंचालन करणं माझ्यासाठी निश्चितच आव्हानात्मक होतं.

मी पुस्तकाचा विषय समजून घेतला आणि कार्यक्रमाची रचना आखली. कार्यक्रम पार पाडताना स्टेजवरचा माझा अनुभव आणि आत्मविश्वास यांचा आधार घेत सहज - नैसर्गिकपणे सूत्रसंचालन केलं आणि हे आव्हान प्रयत्नपूर्वक पार पडलं. या अनुभवातून मला एक महत्त्वाची जाणीव झाली – वेळ कमी असला, विषय नवीन असला, तरी मंचावर वावरण्याचा अनुभव आणि आत्मविश्वास असेल, तर गरजेच्या क्षणी आपण जबाबदारी समर्थपणे निभावू शकतो. आणि कार्यक्रम चांगला पार पडल्याचं समाधानही मनात खोलवर रुजून राहिलं.

## 'कवडसे मनाचे' आणि 'नक्षत्रदर्शन'चा प्रकाशन सोहळा

संजय पंडित लिखित *'कवडसे मनाचे'* आणि *'नक्षत्रदर्शन'* या दोन काव्यसंग्रहांचं प्रकाशन कवी व गझलकार रमण रणदिवे आणि डॉ. अरविंद थत्ते यांच्या हस्ते होणार होतं. या संपूर्ण कार्यक्रमाचं सूत्रसंचालन माझ्याकडे असेल, हे आधीच ठरलेलं होतं. कार्यक्रमात चित्रफीतही दाखवण्यात येणार होती.

संजय आणि माझे संबंध ४० वर्षांहून अधिक काळाचे असल्याने त्याच्या व्यक्तिमत्त्वातील अनेक पैलू मला जवळून माहीत होते. त्यामुळेच या कार्यक्रमाचं सूत्रसंचालन करण्याची जबाबदारी मी आनंदाने स्वीकारली होती. ऑडिओ-व्हिज्युअल मांडणीपासून ते प्रत्यक्ष पुस्तक प्रकाशनापर्यंत अनेक घटकांचा ऊहापोह या निमित्ताने झाला.

ठरल्याप्रमाणे पुस्तक प्रकाशन समारंभ अतिशय सुंदर आणि यशस्वीरीत्या पार पडला. या संपूर्ण उपक्रमासाठी पंडित कुटुंबीयांनी घेतलेले परिश्रम सार्थकी लागले, अशी मनापासून भावना त्या दिवशी मनात दाटून आली.

# प्रेम आणि पाठीराखे

कलाकार मग तो छोटा असो वा मोठा; त्याला प्रेम, आधार आणि पाठीवर कौतुकाची थाप मिळाली, तर त्याचा पुढचा मार्ग आपोआप सुकर होतो आणि प्रत्येक पावलागणिक उत्साह वाढत जातो. माझ्या प्रवासात हे प्रेम मला अनेक रूपांनी लाभले.

## शालेयजीवनातील काही पाठीराखे

लहानपणापासूनच माझ्या आईने आणि माझ्या शाळेतील गायनगुरुजी रामचंद्र विनायक पटवर्धन यांनी मला योग्य मार्ग दाखवला. माझा माँटेसरीपासूनचा जिवलग मित्र सुनील ऊर्फ जगदीश साठये हा माझ्या आयुष्यातील जवळजवळ प्रत्येक प्रसंगाचा साक्षीदार होता – आणि आजही तो माझ्याबरोबर आहे.

माझ्या एकूणच जडणघडणीत माझ्या शाळेचा, मॉडर्न हायस्कूलचा मोठा वाटा आहे. माझं हस्ताक्षर चांगलं असल्याने शाळेचा रोजचा बोर्ड लिहिणे, सूचना लिहिणे हे मी नियमित करत असे. त्यामुळे रेखीवपणे लिहायची सवय कायमची लागली. गाण्यातला असल्याने शाळेची प्रार्थना म्हणणे आणि वर्गासमोर एखादा अभंग म्हणणे हेदेखील रोजच व्हायचं. त्यातून सभाधीटपणा आणि सादरीकरणाची समज आपसूकच येत गेली. गाणे, वक्तृत्व, नाटक अशा स्पर्धांमध्ये, सांस्कृतिक कार्यक्रमांमधून शाळेतर्फे माझा महत्त्वाचा सहभाग असायचा. या स्पर्धांमध्ये शाळेला मी हमखास बक्षिसे, करंडक मिळवून द्यायचो. त्यासाठी व्ही. एस. देशपांडे सर आणि खिरे सर आम्हांला मार्गदर्शन करत असत.

शाळेच्या स्नेहसंमेलनात एकदा मी *'शोर'* चित्रपटातलं *'एक प्यार का नगमा है'*

हे गाणं गायलं होतं आणि त्याला अतुलकुमार उपाध्येने अतिशय सुंदर व्हायोलिन साथ केली होती. आम्ही अशी एकत्र गाणी अनेकदा सादर केली; पण *'एक प्यार का नगमा है'* त्यातल्या व्हायोलिनमुळे कायमचं लक्षात राहिलं. आता माझा मित्रही व्हायोलिन क्षेत्रातला नामवंत पंडित अतुलकुमार उपाध्ये म्हणून ओळखला जातो.

हायस्कूलमधील माझे प्रिय शिक्षक पी. के. जोशी हे माझ्या आयुष्यातील आणखी एक सुवर्ण पान! शाळेच्या भांडाराच्या कामात मी त्यांना मदत करायचो. ते उत्कृष्ट तबलावादक होते आणि आमच्या शाळेच्या गॅदरिंगमध्ये मला दरवर्षी गाण्यासाठी त्यांची साथ असायची. त्यांच्या साथीत गायल्याने माझा आत्मविश्वास वाढायचा. आजही त्यांची भेट झाली की तोच आपुलकीचा भाव दिसतो. माझ्या 'बाबूजी' या दृकश्राव्य कार्यक्रमात मी त्यांचा भरत नाट्य मंदिरात शाल-श्रीफळ देऊन सत्कार केला, तेव्हा त्यांच्या डोळ्यांत आनंदाश्रू होते. शंभरीकडे वाटचाल करणाऱ्या सरांनी दिलेले मनापासूनचे आशीर्वाद अनमोल आहेत.

अशाच प्रकारे प्रेमळ पाठिंबा देणाऱ्या सौ. अभ्यंकरबाई या मला सतत मार्गदर्शन करत पुढे घेऊन जात राहिल्या. आजही त्या माझ्या प्रत्येक कार्यक्रमाला आवर्जून उपस्थित असतात.

## पुणे आकाशवाणी आणि तिथे भेटलेले पाठीराखे

बालोद्यानाच्या निमित्ताने मी आकाशवाणीत गेलो, तेव्हा अनेक मंडळींनी कौतुकाने माझं स्वागत केलं, मदत केली. त्यात माझे गुरुबंधू बाबा ऊर्फ हरीष देसाई, हे विशेष! पुणे आकाशवाणीच्या गायकवृंदात आम्ही दोघं एकत्र होतो. त्यांनी मला *'चैत्रबन'* आणि *'रत्नमाला'* या कार्यक्रमांत संधी दिली. तिथेच माझी भेट कवी-गझलकार रमण रणदिवे यांच्याशी झाली – आणि ती मैत्री आजतागायत मला ऊर्जा देते. त्या काळातील वाद्यवृंदात बरोबर असलेल्या अनेक गायक-गायिकांनी पुढे उत्तम कामगिरी केली.

## रसिकाग्रणी अरुण जोशी

खरा प्रेमळ, भाबडा; पण जाणता रसिक म्हणजे अरुण जोशी. प्रत्येक कार्यक्रमाचं तिकीट काढून उपस्थित राहणारा, मला वाढदिवसाला आवर्जून भेटणारा, साधा; पण फार मोठ्या मनाचा माणूस. तो खूपच लवकर निघून गेला, पण त्याच्या आठवणी आजही ताज्या आहेत. त्याला विसरणं केवळ अशक्य! असा रसिक

पुन्हा होणे नाही! जुन्या तिकिटांचे प्रदर्शन आणि वर्तमानपत्रातील संदर्भ एकत्र करून त्याने जो उपक्रम केला, तो आजही लक्षात राहिला आहे.

## पीडीएचे जाणकार रसिक : शशिकांत कुलकर्णी

शशिकांत कुलकर्णी (त्यांना 'शकू' म्हणायचे!) : महाराष्ट्र बँकेतील वरिष्ठ अधिकारी आणि रसिक. प्रत्येक कार्यक्रमात त्यांची उपस्थिती, त्यांच्या वागणुकीतलं प्रेम आणि आत्मीयता आजही स्मरणात आहेत. त्यांनी मला नाटकात काम करताना पाहायचं स्वप्न पाहिलं होतं; पण वेळ आणि माझा व्यवसाय यामुळे मला संगीत नाटकाच्या तालमीसाठी वेळ देणं शक्य झालं नाही. त्यांना नाही म्हणताना खरोखर खूप वाईट वाटलं. त्यांच्या निधनानंतर तो उत्तम पाठीराखा हरवल्याचं दुःख मनात रेंगाळतं.

## संजीवनी देणारी ज्येष्ठ मैत्रीण

संजीवनी अरगडे : संजीवनी देणारी, ज्ञानी, सुगम आणि शास्त्रीय संगीतात पारंगत अशी माझी ज्येष्ठ मैत्रीण. माझ्या बालपणापासून माझ्या आयुष्यात ती आहे. प्रोफेसर, सल्लागार आणि बरंच काही असलेल्या तिच्याकडून शिकण्यासारखं खूप काही आहे. पण विनयाने ती ते खुबीने परतवते. तिच्या उपस्थितीपासून सर्व मदत मोलाची वाटते.

## हिंदू महिलासभा आणि मी

अजून एक महत्त्वाची पाठीराखी संस्था म्हणजे हिंदू महिला सभा. 'बाबूजी' या कार्यक्रमाद्वारे माझी हिंदू महिला सभेच्या सुप्रिया दामले यांच्याशी ओळख झाली आणि ते नातं पुढे अधिक घट्ट होत गेलं. प्रथम श्रीमती हिमानी सावरकर संस्थेच्या अध्यक्ष होत्या, आणि नंतर सुप्रियाताईंनी ती धुरा समर्थपणे सांभाळली. त्यांच्या सहकाऱ्यांचं काम, कार्यक्रमातील वैविध्य आणि निष्ठा वाखाणण्याजोगी आहे. माझ्या सर्व कार्यक्रमांना त्यांनी सदैव उत्तेजन आणि पाठिंबा दिला – हे मी कधीच विसरू शकत नाही.

## इतर महत्त्वाचे उल्लेख

माझे गॉडफादर म्हणावे असे अरुण कर्णिक, तसेच मित्रमंडळी रवींद्र आपटे, अंजली देशपांडे, सविता फाळके आणि आकाशवाणी अधिकारी प्रभा जोशी व गौरी लागू

या साऱ्यांनी निःस्वार्थ साथ दिली. 'मित्र'चे धनंजय गोखले, प्रकाश वर्तक यांनी दृकश्राव्य कार्यक्रमांना खंबीर पाठिंबा दिला. माझ्या दृकश्राव्य कार्यक्रमांना साउंड आणि व्हिडिओ हाताळणारे अनिल जोशी आणि प्रसाद कुलकर्णी हे तर माझे खंदे आधारस्तंभ होते. या सर्वांचे उल्लेख त्या-त्या संदर्भात आले आहेत; पण तरीही, सर्व प्रेम करणाऱ्या मंडळींची आठवण येत राहते.

गुरुजींची कन्या जयश्री पटवर्धन लहानपणापासून माझ्याबरोबर आहे. तिचे सहकार्य आणि सल्ला मला नेहमी ऊर्जा देतो. मला सर्व कामात मदत करणाऱ्या अर्चना भागवत यांच्यामुळे मी स्नेहा रानडे यांच्याकडे गेलो, ज्यांनी मला पुस्तकासाठी सकारात्मक मार्गदर्शन केले.

या पुस्तकाविषयी स्नेहा रानडे लिहितात,

तुमच्या जवळील अनुभव आणि सुंदर आठवणी मला fan moment ऐकायच्या / वाचायच्या आहेत. मला नवी लोक, त्यांचे अनुभव जाणून घ्यायला आवडतं, त्यातून शिकायला मिळतं. हे अनुभव एक नवी ऊर्मी घेऊन पुन्हा आपोआप येतील त्यांना हवा तो राजमार्ग घेत... कारण यात साधीसुधी माणसं नाहीत; तर थोर कलाकार आहेत. तुमचे सूर आणि तुमचेच गाणे, तुमच्याच आठवणी आणि तुमच्याच साठवणी!

*ही वाट सूर गाते* या पुस्तकाद्वारे तुमच्या आठवणींची स्वरचित्रं शब्दबद्ध होऊन वाचकांच्या भेटीला येणार याहून ती सुंदर गोष्ट काय! हा आठवणींचा ठेवा किती मोलाचा आहे हे शिदोरी स्वरूपात पुढील पिढीला जपता येईल.

माझी कार्यक्रमातली सहकारी अंजली जोशी – आताची शाल्मली गोखले हिनेही पुस्तकासाठी मुद्देसूद मार्गदर्शन केलं. तसेच अगदी सुरुवातीपासून, म्हणजे २०१२पासून माझा पाठपुरावा करून लेखनात विशेष सूचना व मार्गदर्शन करणारे माझे सुहृद – नातेवाईक अविनाश बडवे यांच्यामुळे पुस्तकाचं काम काही प्रमाणात पुढे गेलं.

## लीलाताई कर्वे – कृष्णभक्त

लीलाताई कर्वे... एक कृष्णभक्तीने ओथंबलेलं व्यक्तिमत्त्व! माझं आणि त्यांचं नातं कृष्णाने आधीच बांधलं असावं. त्यांनी मला प्रेमाने बोलावलं, आशीर्वाद दिले, आणि कृष्णासाठी गाणं सादर करायला लावलं. कृष्णाला भावगीतं खूप आवडतात. त्यांनी मला 'कृष्णाचा बाळ' म्हणून संबोधत जवळ केलं. मी जी

मोडकीतोडकी सेवा केली ती त्यांनी गोड मानून घेतली. त्यांना जणू माझं पुढचं चित्र दिसलं असावं. कालांतराने त्या कृष्णात विलीन झाल्या!

## बी. एम. किणी : एक जिव्हाळ्याचं नातं

मी यूटीआयचा गुंतवणूक प्रतिनिधी असल्यामुळे युनिट ट्रस्टचं काम अनेक वर्षं करत होतो. त्या काळात पुणे शाखेचे मॅनेजर म्हणून बी. एम. किणी साहेब आले. सुरुवातीला ते थोडे कडक वाटायचे. माझ्याबद्दल त्यांना फारशी माहिती नव्हती, आणि मीटिंगमध्ये आमचा संवादही फारसा व्हायचा नाही.

सुदैवाने, त्याच वर्षी मला क्लब मेंबरशिपमध्ये प्रथम क्रमांक मिळाला. त्या निमित्ताने झालेल्या मीटिंगमध्ये सत्कार, जेवण आणि संगीताचा कार्यक्रम ठेवायचं ठरलं. संजय मराठे त्याच ऑफिसमध्ये काम करायचे – ते मला चांगले ओळखत होते. त्यांनीच किणी सरांना गाण्याच्या कार्यक्रमासाठी माझं नाव सुचवलं.

त्या कार्यक्रमानंतर मग किणी साहेब आणि माझी ओळख मैत्रीत रूपांतरित झाली. पुढची दोन-तीन वर्षं मी आमच्या ऑफिससाठी गाण्याचे कार्यक्रम सादर केले. सतत चांगली कामगिरी असल्याने मी प्रत्येक वर्षी क्लब मेंबरमध्ये अग्रस्थानी राहिलो, आणि मला ऑफिसमध्ये मान-सन्मान मिळत गेले.

या सगळ्या प्रवासाचं बरंचसं श्रेय मी किणी साहेबांना देतो. त्यांनी मला नेहमीच पाठबळ दिलं, प्रोत्साहन दिलं, आणि 'सुगम' या माझ्या उपक्रमासाठीही मनापासून मदत केली.

किणी साहेबांनी मला खरंच अपार प्रेम दिलं. त्यांची माणुसकी, जिव्हाळा आणि संवेदनशीलता विसरणं माझ्यासाठी पूर्णपणे अशक्य आहे. ते केवळ अधिकारी नव्हते, तर एक सच्चे मित्र आणि मोठ्या मनाचे माणूस होते – ज्यांच्या आठवणी आजही मनात खोलवर कोरलेल्या आहेत.

# मागे वळून पाहताना...

लहानपणापासून सुरू झालेल्या संगीतप्रवासात मिळालेले संस्कार, गुरूंचा सहवास आणि त्यांचं मोलाचं मार्गदर्शन यामुळे ही वाटचाल आकार घेत गेली. आई-वडिलांचा भक्कम पाठिंबा लाभल्याने पुढील सांस्कृतिक प्रवास अधिक समृद्ध होत गेला.

पुढे 'सुगम'चा लाभलेला भाग्ययोग, वाटेच्या प्रत्येक वळणावर भेटलेली माणुसकीने समृद्ध, सोन्यासारखी माणसं आणि जिवलग मित्र – यांमुळे पुढचा मार्ग अधिक स्पष्ट होत गेला.

मन काहीही मागो... देवाने मात्र नेहमीच चांगलंच झोळीत टाकलं. प्रेम, पाठीराखे आणि सन्माननीय व्यक्तींचा सहवास लाभला. काही अशा विशेष घटना घडल्या, की ज्यातून आत्मिक आनंद आणि समाधान लाभलं.

या प्रवासाची सुरुवात गाण्याने झाली आणि अनेक छान वळणं घेत तो लेखनापर्यंत येऊन पोहोचला. या आनंदतरंगांच्या आठवणी मनात साठवत, पुढची वाटचालही याच आनंदाने करत राहणार आहे.

आता मागे वळून पाहताना जाणवतं, आश्चर्य वाटतं – हे सगळं जणू आपोआप घडत गेलं. मी काही ठरवलं नव्हतं; पण कुठेतरी हे सगळं माझ्यासाठी ठरलेलं होतं... माझं विधिलिखित होतं!

वेळोवेळी बुद्धी आणि बळ देऊन हे सर्व घडवून आणणाऱ्या त्या परमेश्वराचे मी मनःपूर्वक आभार मानतो... नमस्कार!

# पूर्वप्रकाशित लेख

## रेशीमधागे

**कवी रमण रणदिवे**

मला आठवतोय तो आकाशवाणीचा काळ... ४० वर्षांपूर्वीचा काळ असावा तो!

रमण तेव्हा नोकरी करायचा; पण तरीदेखील पुण्याच्या आकाशवाणीवरच्या उपक्रमांत अगदी नेटाने सहभागी व्हायचा. तेव्हा तो फक्त गायक म्हणून असायचा ...आणि इथेच आमची मैत्री जुळली.

त्या वेळेस आकाशवाणीवर संगीतरचनांच्या रूपाने गजाननराव वाटवे, रामभाऊ कदम, मधुकर गोळवलकर, सुहासचंद्र कुलकर्णी, आनंद मोडक या व अशा अनेक नामवंत संगीतकारांचा सहवास मिळायचा. तसंच बऱ्याच सांगीतिक गोष्टी शिकायलाही मिळाल्या. रमणसुद्धा याचा महत्त्वाचा साक्षीदार होता. संयत बोलणं आणि वागण्यामुळे रमणचं व्यक्तिमत्त्व कायमच वेधक दिसायचं. रमणचे इतर विविध पैलू नंतर उलगडत गेले आणि त्याची नवी ओळख निर्माण होऊ लागली. त्याची काव्यप्रतिभा हळूहळू रेडिओवरून फुलायला लागली. स्वतः हार्मोनियम वाजवून स्वतःची कविता स्वतःच्याच चालीत, स्वतःच्याच आवाजात तो गाऊ लागला, हे मला खूप भावलं. एक जवळचा संगीतप्रेमी मित्र म्हणून मला रमणचा खूप विशेष अभिमान आहे.

त्याच्या घरी नाताळच्या मैफिलींमध्ये अनेक मान्यवरांची उपस्थिती घडू लागली; आणि काव्य आणि संगीताची सेवा घडू लागली. गजाननराव वाटवे, शांताबाई शेळके, सुरेश भट, हृदयनाथ मंगेशकर ही व अशी अनेक रमणच्या खास स्नेहाची कलाकार मंडळी या मैफिलींमध्ये सहभागी व्हायची.

या सगळ्यांच्या काव्य-संगीत प्रतिभेचा असर रमणच्या संवेदनशील मनावर नक्कीच झाला असणार! पुढील काळात रमण त्याच्या स्वतःच्या काव्यप्रतिभेच्या गुणांमुळे थेट लोकप्रिय कवी-गजलकारांच्या पंक्तीत जाऊन बसला. अगदी सुरेश भट यांच्या अस्सल गजल लेखनाचा सक्षम वारसदार म्हणून सर्वपरिचित झाला. त्याचा गेल्या ४०-५० वर्षांतला हा चढत्या क्रमाने बहरलेला प्रवास मला पाहायला, अनुभवायला मिळाला हे माझं भाग्यच! तो स्वतःही खूप भाग्यवान आहे. त्याचं संपूर्ण घरच एक 'कलाघर' आहे. त्याची पत्नी, तीनही मुले स्वरमंचावर पेटी, तबला, व्हायोलिन घेऊन सज्ज होऊन बसतात, तेव्हा त्याची भाग्यश्रीमंती जाणवते. रमण एक उत्तम कवी, संगीतकार-गायक आणि वक्ता म्हणून रसिकांसमोर पेश होतो त्याला तोड नाही. गेली जवळपास ४५ वर्षं तो काव्यलेखन करत आहे. गीत, गजल आणि कविता हे तीनही लेखन प्रकार जणू त्याला वश आहेत; तरीदेखील, आपल्या मनासारखी एकही कविता अद्याप लिहिता आली नाही हे शल्य, ही खंत तो मनात बाळगून आहे. आमच्या 'सुगम - पुणे' या संस्थेच्या एका उपक्रमात (१९९६) रमणने एक खूप छान कार्यक्रम रंगवला होता... *'ऋतू फुलांचा'*...

त्या वेळेस सुप्रसिद्ध कवी सुधीर मोघे यांनी रमणच्या शब्दांवरील प्रेमाचा एक सुंदर आलेख, लेख स्वरूपात मांडला होता. एखाद्या ज्येष्ठ व श्रेष्ठ कवीने आपल्या कविमित्राला दिलेली ही दाद... हे फार दुर्मीळ उदाहरण आहे. माझी व रमणची रेडिओवरची भेट... आमचं एकत्र गायन... मी त्याची घेतलेली मुलाखत... त्याच्या इतर अनेक समारंभात झालेल्या भेटी... हे सगळंच माझ्यासाठी विलक्षण भाग्याचं आहे, असं मी मानतो. त्याचं स्वच्छ आणि पारदर्शी व्यक्तिमत्त्व सतत आपल्या मनावर प्रतिबिंबित होत राहतं. तो खूप मोठा कलाकार आहे, पण ते तो कधीच जाणवू देत नाही – हा त्याचा आणखी एक अत्यंत दुर्मीळ गुण मला जाणवतो. आज तो वयाच्या अमृत महोत्सवी वर्षात आहे... परमेश्वराची व माता सरस्वतीची कृपादृष्टी त्याच्यावर आहेच आणि ती तशीच यापुढेही राहणार आहे. रमण यापुढेही काव्य-संगीतातून रसिकांना भरभरून आनंद देत राहणार आहे यात काहीच शंका नाही. रमण, तुझ्या पुढील आयुष्यासाठी माझ्या व माझ्यासारख्याच असंख्य रसिकमित्रांच्या लाख लाख शुभेच्छा!

शेवटी गदिमांचे शब्द उधार घेऊन म्हणतो...

*लिहित्या हातां थकणे नाही...*

**पूर्वप्रसिद्धी : रमणीय : डॉ. राम पंडित संपादित,**
**'रमण रणदिवे गौरव ग्रंथ'**

## बाबूजी

श्रेष्ठ संगीतकार गायक सुधीर फडके यांना आपल्यातून जाऊन आज जवळपास ११ वर्षं होतील. मागे वळून पाहिलं, तर त्यांच्या आयुष्याचा काळ कसा चटका लावतो हे त्यांच्याच 'जगाच्या पाठीवर' या आत्मचरित्रातून आपल्याला दिसतं. कष्टप्रद जीवनानेच त्यांच्या आयुष्याचा पाया रचला गेला. वाचवत नाहीत असे प्रसंग त्यांनी अनुभवले आहेत.

आपल्याला खरंतर 'प्रभात' काळापासूनचे बाबूजी माहीत आहेत. हिंदीतील त्यांची कामगिरी ही सुरुवातीला पूर्वरंगात फारच लक्षणीय-लक्षवेधी ठरली. २०-२१ चित्रपट, संख्येने कमी असूनही त्यावर आपला उत्तम ठसा त्यांनी उमटवला, हे विशेष!

प्रतिभाशाली संगीतकार म्हणून झळकल्यावर ते स्थिरावले ते मराठीतच! १९४७ ते १९८७ पर्यंतचा काळ घेतला, तर ४० वर्षांत त्यांनी मराठी चित्रपट संगीतावर अधिराज्य केले. संगीतकार म्हणून, गायक म्हणून, निर्माता म्हणून सुवर्णकळस चढवला. *'अपराध मीच केला'* या गाण्याने पार्श्वगायनास सुरुवात केली ती अखेरपर्यंत!

पत्नी ललिताबाई (गृहिणी-सखी-सचिव) यांची उत्तम साथ, गदिमांबरोबर बाबूजींनी खूप काम केलं; त्याचबरोबर जगदीश खेबुडकर, शांताबाई शेळके, सुधीर मोघे इत्यादी प्रतिभावंत कवी, उत्तम दिग्दर्शक लाभले. राजा परांजपे तसेच संगीत साहाय्यक शामराव कांबळे आणि प्रभाकर जोग या सर्वांच्या संगतीने बाबूजींनी सुवर्णाक्षरात लिहावी, अशी कामगिरी केली.

गायनाचार्य पंडित वामनराव पाध्ये यांनी घडवलेला 'राम' पुढे 'सुधीर' नावाने परिचित झाले आणि त्यांनी मराठी रसिकांच्या मनाचा ताबा घेतला. त्यांचे आदर्श बालगंधर्व, हिराबाई बडोदेकर, के. एल. सैगल यांचे सांगीतिक वैभव त्यांनी त्यांच्या गायकीतून श्रोत्यांना वेगवेगळ्या गाण्यांतून ऐकवले. *'शरणशरण नारायणा'*, *'नंदलाला नाच रे'*, *'हा माझा मार्ग एकला'* ही त्याची साक्ष देणारी उदाहरणं!

बाबूजींनी या दिग्गज आदर्शांचा, त्यांच्या गायकीचा सतत अभ्यास करून विचारपूर्वक आपली गायकी, घराणं निर्माण केलं. भारतभ्रमणाचे अनुभव, शास्त्रीय संगीताची उत्तम बैठक घालून त्यांची गायकी तेजस्वी बनली.

गीतरामायणाने तर बाबूजींच्या आयुष्याला आणि व्यवसायाला सोनेरी किनार प्राप्त झाली... मराठी संगीतातील अभूतपूर्व कलाकृती निर्माण झाली! बाबूजी स्वतः

म्हणत, की हे शास्त्रीय सुगम संगीत आहे. 'युगनिर्माता' बाबूजी आणि 'महाकवी' गदिमा या द्वयींनी ही कथा विलक्षण रंगवली... शब्द अपुरे पडतात... त्यांना शतशः प्रणाम!

बाबूजींनी भावसंगीतात स्वतःसाठी कमी काम केलं. अपवाद म्हणून फक्त *'धुंद येथ मी'* आणि *'तोच चंद्रमा'* ही भावगीतं गायली आणि रचली. संगीतकार राम फाटक, यशवंत देव, प्रभाकर जोग आणि तबलावादक-कवी-संगीतकार अण्णा जोशी यांच्या संगीत दिग्दर्शनात उत्तम गाणी गायली. आजही रेडिओवरून ही सदाबहार गाणी ऐकू येतात, हे विशेष!

आज पुढची पिढी ही त्यांची गाणी गायचा प्रयत्न करतात, हे कौतुकास्पद! त्यांनी त्यांच्या गायकीचा सखोल अभ्यास केला तरी त्यांना सुगम संगीत उमगेल.

देशभक्त बाबूजी, धाडसी चित्रपट निर्माता, सुजाण नागरिक अशा विविध छटा असलेले भारदस्त व्यक्तिमत्त्व म्हणजे तुम्हांआम्हां सर्वांचे बाबूजी!

जेव्हा *'वीर सावरकर'* चित्रपटाची निर्मिती सुरू होती, तेव्हा काही सामान्य मराठी मंडळी आणि पत्रकारांनी त्यांच्यावर वृत्तपत्रांतून जहाल टीका केली, वाईट आरोपही केले. पण बाबूजींनी त्याकडे दुर्लक्ष करून 'माझा चित्रपटच याला योग्य उत्तर देईल' अशी सार्थ भूमिका घेतली. *'वीर सावरकर'* चित्रपट निर्मितीचे स्वप्न पूर्ण झाले आणि बाबूजी त्यातच विलीन झाले.

असे बहुरंगी, बहुआयामी, उत्तुंग प्रतिभा असलेले बाबूजी आपल्याला लाभले हे आपले नशीब!

त्यांच्या या महान कार्याला - कर्तृत्वाला माझा मनःपूर्वक सलाम!

**पूर्वप्रसिद्धी : जून २०१३**
**स्वरानंद प्रतिष्ठान, पुणे निर्मित : गदिमा आणि बाबूजी, आठवणी आणि गाणी : स्मरणिका**

## गीतरामायणातले बाबूजी

सुधीर फडके यांचं व्यक्तिमत्त्व बहुस्पर्शी, बहुआयामी आहे : संगीतकार, गायक, निर्माता, स्वातंत्र्यसैनिक. तरी, गीतरामायणातले बाबूजी हे त्यांचं वेगळंच रूप आहे. त्यामागे त्यांची तपश्चर्या आहे. ५६ गाण्यांतील त्यांची गायकी, त्यातील रसनिष्पत्ती, शब्दप्रधान गायकी केवळ अद्वितीय, अद्भुत आहे, विलक्षण आहे!

गीतरामायण ही कलाकृती तब्बल ६० वर्षं रसिक ऐकत आहेत, यामागे निश्चित एक मोठी शक्ती आहे. हे शब्द-सूर अजूनही ताजे वाटतात, यातच त्यांचं मोठं यश आहे. गदिमा-बाबूजी या द्वयीची विलक्षण प्रतिभा याचे मूळ कारण आहे सीताकांत लाड यांचा पुणे उपक्रम! त्यासाठी गदिमा-बाबूजींनी एकत्र येणे, हे सर्व त्या वेळी प्रायोगिकच होते. रेडिओवर सादर झालेली सर्व गाणी नीट ऐकली तर त्याचा प्रत्यय आपल्याला नक्की येईल. गदिमांनी गाणे दिल्यावर त्यावर विचार करायलाही फारसा वेळ नसायचा, कारण लगेचच प्रसारणाची घाई असायची. तरीही, त्याच्या गुणवत्तेचा विचार केला, तर हे शब्द-सुरांचे अद्वैत रसिकांना इतके भावले, की त्याचे वारंवार पुनःप्रसारण करावे लागले आणि या कलाकृतीच्या यशाची कमान पुढे उंचावतच गेली! गीतरामायण सादर करण्याचा सीताकांत लाड यांचा उद्देश सफल झाला. त्यांनाही त्या वेळी या उत्तुंग यशाची कल्पना आली नसावी!

नवनवीन उपक्रम करू या, म्हणून हा जाणता अधिकारी सरसावला आणि त्यांना गीतरामायणाने सोन्याचा कळस दाखवला! गदिमा-बाबूजींची जोडी चित्रपट संगीतातील कामाच्या व्यग्रतेतून या अलौकिक उपक्रमासाठी कार्यरत राहिली. चित्रपट संगीताचा प्रभाव श्रोत्यांवर वाढत असतानाच गीतरामायणाने एक वेगळीच मोहिनी रसिकांना घातली. सर्व बाजूंनी विचार केला तर अभिरुचिसंपन्नता यायला दर्जात्मक कामाची जोड असेल तर श्रोता संपन्न व्हायला वेळ लागत नाही. तोच प्रत्यय या जोडीने दिला. म्हणूनच, आज एवढ्या वर्षांनंतरही त्याची गोडी, त्याची लोकप्रियता तिळभरही कमी झाली नाही, तर दिवसेंदिवस वाढतच आहे.

आकाशवाणीवरून प्रसिद्ध झालेल्या गदिमारचित गीतरामायणाचा बाबूजींनी नंतर सूक्ष्म विचार करून त्यास स्व-आवाजात एक वेगळेच रूप दिले, त्याचाच परिपूर्ण सखोल विचार भविष्यात 'बाबूजी-गीतरामायण' घेऊन आला; नाहीतर हा उपक्रम फक्त रेडिओपुरता मर्यादित राहिला असता.

बाबूजींनी संपूर्ण गीतरामायणाचे शेकडो कार्यक्रम देश-विदेशांत केले आणि त्यांना अमाप लोकप्रियता मिळाली. मी स्वतः शालेय वयात पुण्याच्या नूमवित खूप कार्यक्रम ऐकले. त्याचे वर्णन करायला शब्द अपुरे आहेत! फक्त आनंद आणि आनंद! वेळेच्या मर्यादेचं बंधन नाही, कोणताही भपका नाही, कसलाही अभिनिवेश नाही, होते फक्त नितांत सुंदर रामायण!

रसिक श्रोता गीतरामायणाचे पुस्तक समोर ठेवून, बाबूजींचं रामायण गान ऐकत तल्लीन होऊन जायचा, देहभान हरपून जायचा! हे सर्व वैभव – ऐश्वर्य

पाहायला महाकवी गदिमा खूप दिवस आपल्यात असायला हवे होते, हे मात्र प्रकर्षाने जाणवतं. काही निमित्ताने बाबूजींशी गीतरामायणसंदर्भात अभ्यासपूर्ण चर्चा करण्याचा योग आला, तेव्हा ते अत्यंत आदराने या कलाकृतीबद्दल बोलायचे. ''हे शास्त्रीय सुगम संगीत असून ते गायला खूप अवघड आहे. विविध व्यक्तिरेखा गाताना आपली आतली भूमिका बदलावी लागते. मी राम आहे, सीता आहे, हनुमंत आहे, लक्ष्मण-भरत-कौसल्या-अहल्या अशा भूमिकेत शिरून गावं लागतं. त्याला खूप ताकद लागते. शूर्पणखेची दोन रूपांतील गाणी गाताना वेगळाच कस लागतो. हे सर्व गाताना त्या मूळ परिस्थितीचं भान ठेवणं फार गरजेचं आहे. ते इतकं सहज शक्य नाही.'' असं खुद्द बाबूजींनीच म्हटल्यावर मला त्यांची गीतरामायणातली ताकद समजली. निवेदन करत, कथेचं सार सांगत, स्वतः हार्मोनियम मांडीवर घेऊन मोजक्याच वाद्यांत तास न् तास गायचं – हे फारच अवघड काम आहे. ते संगीतकार-गायक म्हणून महान होतेच; तसेच ते अत्यंत निष्ठावान आणि शिस्तप्रिय होते.

गीतरामायणाचा रजत महोत्सव झाला तेव्हा सुदैवाने मी बाबूजींसमवेत होतो. इतकी वर्षं रामायण गाऊनसुद्धा ते सकाळी त्या गाण्यांचा रियाज करायचे, त्यावर विचार करायचे, हे सुगम संगीत गायक-गायिकांनी, विशेषतः नवीन पिढीने लक्षात घेण्यासारखं आहे. हा एक सुगम संगीत पाठच आहे, हे मानायलाच हवे. गीतरामायण गाण्यापेक्षा ते अभ्यासणं जास्त महत्त्वाचं आहे.

बाबूजींनी शेवटपर्यंत, म्हणजे अगदी *'वीर सावरकर'* चित्रपटनिर्मितीपर्यंत गीतरामायणाचे कार्यक्रम केले. आज हीरक महोत्सवी वर्षात या शिल्पाचे तिन्हीही शिलेदार (गदिमा, बाबूजी आणि सीताकांत लाड) आपल्यात नाहीत, पण त्यांनी दिलेलं हे सुवर्णसंचित आपण पुढच्या पिढीस सुपुर्द करणार आहोत. शेवटी रामायण चिरंतन आहे, अमर आहे... त्याचा सुगंध दरवळतच राहणार.. श्रीरामभक्त चिरंजीव हनुमानाच्या मनोगतात सांगायचे तर...

*जोवरी हे जग, जोवरि भाषण। तोवरी नूतन नित रामायण।*

**पूर्वप्रसिद्धी : २०१५**

**गदिमा प्रतिष्ठान व सकाळ वृत्तपत्रसमूह आयोजित गीतरामायण हीरक महोत्सव समारोह स्मरणिका 'अवघ्या आशा श्रीरामर्पण'**

## गीतरामायणाने मला काय दिलं?

पुणे आकाशवाणीवरून सलग वर्षभर गीतरामायण सादर करण्याचे (१९५५) शिवधनुष्य त्या वेळचे आकाशवाणीचे जाणते अधिकारी सीताकांत लाड यांनी उचलले. त्या वेळीही त्यांना अनंत अडचणी आल्या असतील; पण त्यावर मात करत त्यांनी उत्तम रीतीने गीतरामायणाचा उपक्रम यशस्वीरीत्या पूर्ण केला. अर्थातच, त्याचे श्रेय महाकवी ग. दि. माडगूळकर, संगीतकार-गायक सुधीर फडके आणि निर्माते सीताकांत लाड यांनाच द्यावे लागेल,

माणिक वर्मा, मालती पांडे, कुमुदिनी पेडणेकर, योगिनी जोगळेकर आणि ललिता फडके; तसेच गजानन वाटवे, राम फाटक, बबनराव नावडीकर आणि स्वतः सुधीर फडके या मातब्बर गायकांनी विविध व्यक्तिरेखा गीतरामायणातून साकारल्या. या कार्यक्रमास अमाप लोकप्रियता मिळाली. घरोघरी रेडिओला साक्षात श्रीराम समजून त्याची पूजाही केली. शब्द-स्वर-भक्तीची ही एक अद्‌भुत अशी किमया होती! त्याची मोहिनी आजही टिकून आहे.

*'गीतरामायण'* या लोकप्रिय स्वर-शिल्पाचे भविष्यात स्वविचाराच्या बळावर स्व-गायनाने बाबूजींनी त्याचं सोनं केलं. कमीत कमी वाद्यांत तंबोऱ्यासह स्वतः अत्यंत परिणामकारक निवेदन करत, बाबूजी विविध व्यक्तिरेखा आपल्या गायनातून उभ्या करायचे. रसनिष्पत्तीसह अवघड असा स्वराविष्कार सहजतेने, अत्यंत प्रभावी गायन करत, भावोत्कटतेचा परमोच्च बिंदू बाबूजी गाठत असत, हे मी स्वतः खूप वेळा अनुभवलं आहे. गदिमांचे अप्रतिम असे शब्द, त्यात संस्कृत शब्दांचीही सौंदर्यपूर्ण गुंफण यातून हे शब्द-शिल्प बाबूजींच्या गायकीतून भिजून जायचे. हा अनुभव रसिकांसाठी खूपच आनंददायी होता.

गीतरामायणाच्या कार्यक्रमातून रसिक-श्रोता समृद्ध झाला, श्रीमंतही झाला, तसेच सुसंस्कारित झाला. एक वेगळीच अनुभूती मिळाली असं वाटतं. २५ वर्षांच्या वाटचालीत सर्व रसिक-मनं रामायणमय झाली. एचएमव्हीने त्याच्या रेकॉर्ड्स काढून गीतरामायणाची कीर्ती जगभरात पोहोचवली, म्हणता-म्हणता गीतरामायणाच्या रजत महोत्सवाची तयारी जोरात सुरू झाली.

टिळक रोडवरील न्यू इंग्लिश स्कूलच्या मैदानावर हा सोहळा एका वेगळ्याच दिमाखात सुरू झाला. आठवडाभर चालणाऱ्या या महोत्सवात आठ भाषांमधून गीतरामायण सादर झाले. प्रत्येक दिवशी मुख्य समारंभानंतर बाबूजी गायला बसायचे आणि त्यांच्या समवेत समूह स्वरासाठी आमचा आकाशवाणी गायकवृंद

असायचा. मला यातून जवळून खूपच शिकायला मिळाले. बाबूजींच्या समवेत गीतरामायणाच्या वातावरणात राहायचे म्हणजे प्रत्यक्ष श्रीरामाबरोबर राहण्याचा आनंद! या महोत्सवात सहभागी होण्याचं भाग्य मला लाभलं याची आठवण अजूनही माझ्या हृदयात मी जपून ठेवली आहे.

या देखण्या रजत महोत्सवात गदिमा नसणं ही सर्वांत दुर्दैवी बाब होती. या कलाकृतीचा रचयिताच १९७९मध्ये आपल्यातून निघून गेला, कल्पवृक्ष लावून गेले; पण त्याची फळं अजूनही रसिक श्रोता चाखतच आहे. त्याची गोडी यत्किंचितही कमी झालेली नाही. गीतरामायण घराघरांत अखंड चालू राहिले... त्याचा सुवास अजूनही दरवळतच आहे.

गीतरामायणाचा रसास्वाद घेताना, अभ्यास करताना खूपच छुप्या गोष्टी लक्षात आल्या : हा तर सुगम संगीताचा (५६ गाण्यांचा) पाठच आहे. शब्दप्रधान गायकी, राग-रागिण्या, लय-ताल विचार मुख्यत्वे वेगवेगळ्या भूमिकांत जाऊन गाणे (उदाहरणार्थ, श्रीराम, सीता, लक्ष्मण, भरत, हनुमंत, कुश-लव, सुग्रीव, जांबुवान, जटायु इत्यादी) हे आव्हान फारच अवघड आहे.

शूर्पणखेची दोन रूपातील गाणी गाणं फारच कठीण आहे. कैकयी-कौसल्या, अहल्या, शबरी, सुमंत, दशरथ या भूमिका गातानाही वेगळाच कस लावायला लागतो. बाबूजींना हे साधले, यामागे त्यांचा संगीतकार-गायक म्हणून फार वरच्या दर्जाचा विचार होता हे पदोपदी जाणवतं. खरंतर गीतरामायणाचे इतरांनी कार्यक्रम करण्यापेक्षा त्याचा अभ्यास सातत्याने करणंच अधिक योग्य!

खुद्द बाबूजीच म्हणतात की, हे शास्त्रीय सुगम संगीत आहे आणि ते गायला अत्यंत अवघड आहे. संपूर्ण गीतरामायणाचे बरेच कार्यक्रम त्यांनी नंतर देश-विदेशांत केले. *'वीर सावरकर'* चित्रपटाचा ध्यास घेतल्यावर त्याच्या निधी संकलनासाठी गीतरामायणाचे परत शेकडो कार्यक्रम केले. बाबूजी स्वतः या कलाकृतीबद्दल अत्यंत आदराने बोलतात आणि प्रांजळपणे कबूल करतात, की असं काम पुन्हा होणे नाही! आज हीरक महोत्सव साजरा होत असताना त्याचे तिन्ही शिल्पकार आज आपल्यात नाहीत, याचे अतीव दुःख होते. आपण आशा करू या, की कालचक्राप्रमाणे हे दिग्गज काही वर्षांनी परत आपल्या भेटीला नवीन उपक्रम घेऊन येतील... नक्की येतील!

**पूर्वप्रसिद्धी : हीरक महोत्सव 'गीतरामायण'**
**'ज्योतीने तेजाची आरती'**

भावगीत म्हटले तर खूप वर्ष मागे जावे लागेल. कारण भावगीताचा उगम आणि आत्ताचं भाव-संगीत यात बरंच अंतर आहे आणि ते स्वाभाविकही आहे. कवी-संगीतकार-गायक हे पिढीनुसार वकूब आणि प्रतिष्ठा लक्षात घेता बदलले, त्याला प्रयोगशीलता आणली (शब्दप्रधान गायकी लक्षात घेऊन) सुजाण रसिकांनी त्याला भरभरून दादही दिली. एकंदरीतच, लेखाची मर्यादा लक्षात घेता माझ्या स्व-अभ्यासानुसार आणि अनुभवाप्रमाणे मी त्याचं थोडक्यात संकीर्तन करतो.

पन्नासेक वर्षांचा कालखंड लक्षात घेतला तर पूर्वीचा जमाना हा मेळ्यांचा होता. यातूनच रसिकांचं रंजन व्हायचं. विविध विषय-भावना-भक्ती लक्षात घेऊन कवींनी पदं किंवा भावगीते बांधली आणि त्या काळच्या प्रथितयश गायक-गायिकांनी ती मोजक्या वाद्यांसमवेत श्रोत्यांसमोर आणली. कालांतराने रेडिओचा जमाना सुरू झाला. एचएमव्ही आणि इतर कंपन्याही दर्जेदार निर्मितीसाठी सरसावल्या. त्यांचे योगदान अर्थातच दखलपात्र आहे, यात शंका नाही. थोर कवी-संगीतकार-गायक मंडळी, निर्माते, अधिकारी-वर्गाने अथक परिश्रम केले आणि भावसंगीताचा पाया भक्कम, सुरेल रचला.

भावसंगीताचे पितामह जे. एल. रानडे, असं मला माहीत होतं. *'अति गोड-गोड ललकारी', 'राहा उभी अशी ग सज्जावरी, डोळे भरून बघू दे केव्हातरी'* म्हणणाऱ्या पितामहांना मला भेटायचं होतं, यांना पाहायचं होतं; पण कसं? हे माहीत नव्हतं.

...आणि एक उत्तम योग जुळून आला. गजाननराव वाटवे यांच्या एक्याऐंशीव्या वाढदिवसानिमित्त 'मी निरांजनातील वात' या कार्यक्रमात त्यांची उपस्थिती होती. मी वाटवे यांच्याकडे शिकत असल्याने त्यांच्याकडे रानडे यांना भेटण्याची इच्छा व्यक्त केली. 'मी तुला घेऊन जाईन!' ...आणि काहीच दिवसांत आम्ही त्यांना भेटलो. रानडे यांनी बोलता-बोलता सांगितले, की ''मला 'भावसंगीताचे पितामह' म्हणतात; पण खरे पितामह वाटवेच आहेत!'' हे त्यांनी मोठ्या मनाने कबूल केलं. गजानन वाटवे स्वतःला काव्यगायक म्हणवतात हे सत्यच आहे. या दोघांनी भावसंगीताचा पाया रचला, हे नक्की! पुढे जी. एन. जोशी यांनी एचएमव्हीद्वारे स्वतः गाऊन नवनिर्मिती करत 'भावसंगीताला मोठाच हातभार लावला. स. अ. शुक्ल आणि बाबूराव गोखले यांच्यासारख्या बऱ्याच मातब्बर मंडळींसमवेत काम करून, नवनवीन गायक- संगीतकारांना संधी देत, भावसंगीतास वेगळी उंची दिली.

या सर्वांचे योगदान वाखाणण्यासारखे आहे. याचबरोबरीने रेडिओ हे माध्यम सर्वांत प्रभावी म्हणावे लागेल; कारण भावसंगीत त्याने घराघरांत पोहोचवले. गजानन वाटवे, बबनराव नावडीकर, विश्वास काळे, दत्ता वाळवेकर, गोविंद कुरवाळीकर, गोविंद पोवळे, प्रभाकर नागवेकर, आर. एन. पराडकर, अरुण दाते यांसारखे बरेच नामवंत गायक रेडिओवरून भावगीते गाऊ लागले. सुंदराबाईंपासून मालती पांडे, माणिक वर्मा, ललिता फडके - देऊळकर, कुमुदिनी पेडणेकर, जानकी अय्यर इत्यादी गुणी गायिकांपासून वेगवेगळी भावगीतं घराघरांत ऐकू येऊ लागली. लता मंगेशकर आशा भोसले, सुमन-हेमाडी कल्याणपूर आणि सुधीर फडके यांनी आपलं वलय निर्माण केलं. या सर्व दिग्गजांची मोहिनी अजूनही टिकून आहे.

'रेडिओस्टार' किंवा 'एचएमव्हीचे कलाकार' म्हणण्यात एक वेगळाच दिमाख-रुबाब होता! कवी-संगीतकार-गायक यांना मानाचं स्थान मिळायला लागलं... लोकप्रियता मिळू लागली. संगीतकार केशवराव भोळे, दत्ता डावजेकर, सुधीर फडके, राम फाटक, वसंत प्रभू, यशवंत देव, प्रभाकर जोग, दशरथ पुजारी, श्रीनिवास खळे, हृदयनाथ मंगेशकर या थोड्या मोठ्या पिढीच्या पुढच्या पिढीचे संगीतकार अनिल-अरुण, अशोक पत्की ते श्रीधर फडक्यांपर्यंत अनेक संगीतकारांनी भावसंगीतात लयलूट केली, नावीन्य-विविधता आणली असंच म्हणावे लागेल.

*'तुज स्वमी पाहीले गोपाल'* लिहणारे दत्ता डावजेकर कवी-संगीतकार म्हणून आले. यशवंत देव यांनीदेखील कवी-संगीतकार म्हणून अजोड कामगिरी केली. तीच परंपरा सुधीर मोघे यांच्यापर्यंत टिकून आहे, हे विशेष! त्यांच्या प्रतिमेला सलामच केला पाहिजे. संगीतकार श्रीकांत ठाकरे यांनी संगीतबाज वेगळा सजवला. संगीतकार हृदयनाथांनी आणि श्रीकांतजींनी तर अमराठी गायकांकडून (हेमंतकुमार, महमंद रफी, तलत मेहमूद, महेंद्र कपूर इत्यादी) भावसंगीत गाऊन घेतले, त्याला अमाप प्रसिद्धी मिळाली. अजूनही ती रेडिओवरून ऐकवली जातात.

प्रत्येक संगीतकाराची विशेषता सांगितली तर त्यावर वेगळा अंक तयार करावा लागेल. यांना प्रतिभावान कवी-गीतकार यांचे कोंदण होते आणि सुरांची मऊ झालर! कवी भा. रा. तांबे, विंदा, कुसुमाग्रज, गदिमा, पी. सावळाराम, बा. भ. बोरकर, संजीवनी मराठे, कवी बी, कवी अनिल, सुरेश भट, शांता शेळके, इंदिरा संत, वंदना विटणकर, मंगेश पाडगावकर, आरती प्रभू, रमेश अणावकर, उमाकांत काणेकर, ग्रेस ते सुधीर मोघ्यांपर्यंत कविराजांनी वेगवेगळे भावानुरूप

शब्द श्रोत्यांना प्रदान केले. या सर्व दिग्गजांचं ऋण शब्दात व्यक्त फारच अवघड!

रेडिओवरून सादर झालेलं 'गीतरामायण' ही एका वर्षातील ५६ गाण्यांची सुंदर कलाकृती! भावसंगीतातील हे सुवर्णपान आजही तेजाने झळकत आहे. सुधीर फडके ऊर्फ बाबूजी यांनी गीतरामायणाचे कार्यक्रम देश-विदेशांत अनेक वर्षं केले आणि त्याची लोकप्रियता साता समुद्रापलीकडे पोहोचली. मेळे, गणेशोत्सव, रेडिओ अशा कार्यक्रमांतून भावगीताचा प्रसार अनेक गायक-गायिकांनी तर केलाच; पण मुख्यत्वे वाटवे-फडके यांनी अखेरपर्यंत केला, हे विशेष!

उत्तम कवींची गीतं निवडून ती संगीतबद्ध करणं हा वाटवे याचा आजन्म ध्यास! ती स्वतः गाणं किंवा इतरांना मनोभावे शिकवणं हे फक्त अण्णा वाटव्यांनीच केलं. बाबूजींनी व्यावसायिक व्यग्रतेमुळे स्वतःसाठी भावगीतं कमी बांधली (उदाहरणार्थ, धुंद येथ मी, तोच चंद्रमा नभात); पण माणिकबाई, मालतीबाई, लताबाई यांच्यासाठी बरीच भावगीतं रचली, जी आपण आजही रेडिओवर ऐकतो.

खास भावगीतं बाबूजींसाठी घडवली ती राम फाटक, यशवंत देव, आणि प्रभाकर जोग या संगीतकारांनी (उदाहरणार्थ, सखी मंद झाल्या तारका, तिन्ही लोक आनंदाने, स्वर आले दुरुनी इत्यादी); आणि म्हणूनच वाटवे-फडके हे युगनिर्माता झाले. याचं श्रेय कवींच्या शब्दांना-संगीतकारांना अन् गाणाऱ्यांना आणि कानसेनांना द्यायलाच हवं! पी. सावळाराम - वसंत प्रभू, गदिमा - बाबूजी, मधुकर जोशी - दशरथ पुजारी. या गाजलेल्या जोड्या; त्याचबरोबर मंगेश पाडगांवकर - यशवंत देव - श्रीनिवास खळे. हृदयनाथ - शांताबाई आणि मंगेशकर्सपासून अशोक पत्की - श्रीधर फडक्यांपर्यंत सर्वांनीच श्रोत्यांना भावसंगीताची मेजवानी दिली. ऋतू हिरवा श्रीधर फडके घेऊन आले आणि भावसंगीतात प्रसन्न हिरवळ पसरली. जुन्या-नव्या पिढीने त्याचं जोशात स्वागत केलं.

पुढे जमाना बदलला, तंत्र बदललं तरी भावसंगीताचा महिमा गाजतच राहिला.

आता मात्र पुढच्या पिढीकडून, रसिकांकडून खूप अपेक्षांवर अवलंबून राहावे लागेल; कारण लोकप्रियतेची ओढ, प्रतिभेचा अभाव, श्रोत्यांच्या अभिरुचीचं अवमूल्यन, टिव्हीचा वाढता प्रभाव यांमुळे 'भावगीत' प्रकारास खीळ बसेल असं वाटतं. वाद्यांच्या गदारोळात शब्द मागे पडत आहेत. शब्दप्रधान गायकी हे तर मूळ आहे. पन्नास वर्षांपूर्वीचं भावगीत परत-परत का ऐकावंसं वाटतं याचा अभ्यासपूर्ण विचार सर्वच मंडळींनी करायला हवा, आत्मपरीक्षण करायला हवे, नाही का!

म्हणजे ही 'भावगंगा' अशीच परत निर्मळपणे वाहायला लागेल...

**पूर्वप्रसिद्धी : दिवाळी अंक**

## गीतरामायणातले बाबूजी

आकाशवाणीवरून प्रसिद्ध झालेल्या गदिमारचित गीतरामायणाचा बाबूजींनी नंतर सूक्ष्म विचार करून त्यास स्व-आवाजात एक वेगळेच रूप दिले, त्याचाच परिपूर्ण सखोल विचार भविष्यात 'बाबूजी-गीतरामायण' घेऊन आला. नाही तर हा उपक्रम फक्त रेडिओपुरता मर्यादित राहिला असता.

बाबूजींनी संपूर्ण गीतरामायणाचे शेकडो कार्यक्रम देश-विदेशांत केले आणि त्यांना अमाप लोकप्रियता मिळाली. मी स्वतः शालेय वयात पुण्याच्या नूमवित खूप कार्यक्रम ऐकले. त्याचे वर्णन करायला शब्द अपुरे आहेत. फक्त आनंद आणि आनंद | वेळेच्या मर्यादेचे बंधन नाही. कोणताही मपका नाही, कसलाही अभिनिवेश नाही. होते फक्त नितांत सुंदर रामायण.

सुधीर फडके यांचे व्यक्तिमत्त्व बहुस्पर्शी, बहुआयामी आहे. संगीतकार, गायक, निर्माता, स्वातंत्र्य सैनिक. तरी गीतरामायणातले बाबूजी हे त्यांचे वेगळेच रूप आहे. त्यामागे त्यांची तपश्चर्या आहे. ५६ गाण्यांतील त्यांची गायकी, त्यातील रसनिष्पत्ती, शब्दप्रधान गायकी केवळ अद्वितीय, अद्भुत आहे, विलक्षण आहे.

गीतरामायण ही कलाकृती तब्बल ६० वर्षे रसिक ऐकतायत, यामागे निश्चित एक मोठी शक्ती आहे. हे शब्द-सूर अजूनही ताजे वाटतात यातच त्यांचे मोठे यश आहे. गदिमा-बाबूजी या द्वयीची विलक्षण प्रतिभा याचे मूळ कारण आहे सीताकांत लाड यांचा पुणे उपक्रम, त्यासाठी गदिमा-बाबूजींनी एकत्र येणे, हे सर्व त्या वेळी प्रायोगिकच होते. रेडिओवरील साद झालेली सर्व गाणी नीट ऐकली तर त्याचा प्रत्यय आपल्याला नक्की वेईल. गदिमांनी गाणे दिल्यावर त्यावर विचार करायलाही फारसा वेळ नसायचा, कारण लगेचच प्रसारणाची घाई असायची. तरीही त्याच्या गुणवत्तेचा विचार केला, तर हे शब्द-सुरांचे अद्वैत रसिकांना इतके भावले, की त्याचे वारंवार पुनःप्रसारण करावे लागले आणि या कलाकृतीच्या यशाची कमान पुढे उंचावतच गेली. गीतरामायण सादर करण्याचा सीताकांत लाड यांचा उद्देश सफल झाला. त्यांनाही त्या वेळी या उत्तुंग यशाची कल्पना आली नसावी.

नवनवीन उपक्रम करू या, म्हणून हा जाणता अधिकारी सरसावला आणि त्यांना गीतरामायणाने सोन्याचा कळस दाखवला.

गदिमा-बाबूजींची जोडी चित्रपट संगीतातील कामाच्या व्यग्रतेतून या अलौकिक उपक्रमासाठी कार्यरत राहिली. चित्रपट संगीताचा प्रभाव श्रोत्यांवर वाढत असतानाच गीतरामायणाने एक वेगळीच मोहिनी रसिकांना घातली. सर्व

बाजूंनी विचार केला तर अभिरुचिसंपन्नता यायला दर्जात्मक कामाची जोड असेल तर श्रोता संपन्न व्हायला वेळ लागत नाही. तोच प्रत्यय या जोडीने दिला. म्हणूनच आज ६० वर्षे झाली तरी त्याचे महत्त्व, त्याची गोडी, त्याची लोकप्रियता तिळभरही कमी झाली नाही, तर दिवसेंदिवस वाढतच आहे.

आकाशवाणीवरून प्रसिद्ध झालेल्या गदिमारचित गीतरामायणाचा बाबूजींनी नंतर सूक्ष्म विचार करून त्यास स्व-आवाजात एक वेगळेच रूप दिले, त्याचाच परिपूर्ण सखोल विचार भविष्यात 'बाबूजी-गीतरामायण' घेऊन आला. नाही तर हा उपक्रम फक्त रेडिओपुरता मर्यादित राहिला असता.

पुढे बाबूजींनी संपूर्ण गीतरामायणाचे शेकडो कार्यक्रम देश-विदेशांत केले आणि त्यांना अमाप लोकप्रियता मिळाली. मी स्वतः शालेय वयात पुण्याच्या नूमवित खूप कार्यक्रम ऐकले. त्याचे वर्णन करायला शब्द अपुरे आहेत. फक्त आनंद आणि आनंद! वेळेच्या मर्यादेचे बंधन नाही. कोणताही भपका नाही, कसलाही अभिनिवेश नाही. होते फक्त नितांतसुंदर रामायण.

रसिक श्रोता गीतरामायणाचे पुस्तक समोर ठेवून, बाबूजींचे रामायण गान ऐकत तल्लीन होऊन जायचा, देहभान हरपून जायचा, हे सर्व वैभव ऐश्वर्य बघायला महाकवी गदिमा खूप दिवस आपल्यात असायला हवे होते हे मात्र प्रकर्षाने जाणवते.

काही निमित्ताने बाबूजींशी गीतरामायणसंदर्भात अभ्यासपूर्ण चर्चा करण्याचा योग आला तेव्हा ते अत्यंत आदाने या कलाकृतीबद्दल बोलायचे. ''हे शास्त्रीय सुगमसंगीत असून ते गायला खूप अवघड आहे. विविध व्यक्तिरेखा गाताना आपली आतली भूमिका बदलावी लागते. मी राम आहे, सीता आहे, हनुमंत आहे... लक्ष्मण भरत कौसल्या अहल्या अशा भूमिकेत शिरून गावे लागते. त्याला खूप ताकद लागते. शूर्पणखेची दोन रूपांतील गाणी गाताना वेगळाच कस लागतो. हे सर्व गाताना त्या मूळ परिस्थितीचे भान ठेवणे फार गरजेचे आहे. ते इतके सहज शक्य नाही असे खुद्द बाबूजींनीच म्हटल्यावर मला त्यांची गीतरामायणातील ताकद समजली. निवेदन करत, कथेचे सार सांगत, स्वतः हार्मोनियम मांडीवर घेऊन मोजक्याच वाद्यात तासन्तास गायचे हे फारच अवघड काम आहे.ते संगीतकार-गायक म्हणून महान होतेच, तसेच ते अत्यंत निष्ठावान आणि शिस्तप्रिय होते.

गीतरामायणाचा रजतमहोत्सव झाला तेव्हा सुदैवाने मी बाबूजींसमवेत होतो. इतकी वर्षे रामायण गाऊनसुद्धा ते सकाळी त्या गाण्यांचा रियाज करायचे,

त्यावर विचार करायचे, हे सुगम संगीत गायक-गायिकांनी, विशेषतः नवीन पिढीने लक्षात घेण्यासारखे आहे. हा एक सुगम संगीत पाठच आहे हे मानायलाच हवे. गीतरामायण गाण्यापेक्षा ते अभ्यासणे जास्त महत्त्वाचे आहे.

बाबूजींनी शेवटपर्यंत, म्हणजे अगदी 'वीर सावरकर' चित्रपटनिर्मितीपर्यंत गीतरामायणाचे कार्यक्रम केले. या सर्व प्रवासात कायम मनावर कोरली गेली ती त्यांची तपश्चर्या!

**पूर्वप्रसिद्धी : सुधीर फडके जन्मशताब्दी वर्ष,**
**कृतज्ञता ग्रंथ, सावरकर दर्शन प्रतिष्ठान (न्यास)**

# वृत्तपत्र प्रसिद्धी

शहर

दिवंगत संगीतकार व गायक सुधीर फडके यांना आदरांजली वाहण्यासाठी स्वरानंद प्रतिष्ठान व सुगम यांच्या वतीने सोमवारी कार्यक्रम आयोजित करण्यात आला होता. त्या वेळी बाबूजींच्या प्रतिमेला अभिवादन करताना ज्येष्ठ दिग्दर्शक राम गबाले व ज्येष्ठ भावगीत गायक गजानन वाटवे.

## बाबूजींच्या आठवणींनी रसिकांची मने चिंब

पुणे, ५ ऑगस्ट (प्रतिनिधी)- सुरांमधून शब्दांचे भाव समर्थपणे व्यक्त करणाऱ्या गानतपस्वी सुधीर फडके यांच्या सहवासातील अनेक आठवणींचा खजिना त्यांच्या सुहृदांनी आज रिता केला आणि बाबूजींवर प्रेम करणाऱ्या अनेक पुणेकर रसिकांचे मन त्या सुरेल आठवणीत चिंब न्हाऊन गेले. निमित्त होते दिवंगत संगीतकार गायक सुधीर फडके यांना श्रद्धांजली वाहण्यासाठी आयोजित 'सुधीर फडके- एक संस्मरण' या कार्यक्रमाचे.

'स्वरानंद प्रतिष्ठान' आणि 'सुगम' यांच्या वतीने भरत नाट्यमंदिरात झालेल्या या कार्यक्रमास बाबूजींच्या चाहत्यांची अलोट गर्दी झाली होती. नाट्यगृहाच्या बाहेरील आवारातही पाऊस पडत असूनसुद्धा रसिक दाटीवाटीने बसले होते.

बाबूजींबरोबर विविध कार्यक्रमांच्या निमित्ताने स्नेहबंध निर्माण झालेले सुहृद या कार्यक्रमात सहभागी झाले होते. ज्येष्ठ भावगीत गायक गजाननराव वाटवे, दिग्दर्शक राम गबाले, संगीत संयोजक श्यामराव कांबळे, संगीतकार प्रभाकर जोग, गीतकार सुधीर मोघे आणि ग्राहक पंचायतीचे ज्येष्ठ कार्यकर्ते बिंदुमाधव जोशी यांनी बाबूजींच्या अनेक आठवणी सांगितल्या.

प्रा. अरुण नूलकर व संजय पंडित यांनी आपल्या निवेदनातून बाबूजींच्या आठवणींचा पट रसिकांसमोर उलगडून दाखविला. बाबूजींनी संगीतबद्ध केलेल्या आणि गायलेल्या गाण्यांचा दृकश्राव्य आविष्कारही या वेळी सादर करण्यात आला. जोग म्हणाले की, बाबूजींसारखा प्रतिभावान गायक व संगीतकार आपण आजवर पाहिला नाही. गीतरामायणासारख्या महान कलाकृतीतून त्यांनी भावसंगीताचा आदर्श वस्तुपाठ सर्वांसमोर ठेवला. सांगीतिक व सामाजिक संस्कृती यांचा सुरेख मेळ बाबूजींनी आपल्या संगीतामध्ये साधला होता. ■

## आठवणीतल्या कविता आणि बाबूजींचा स्वरसाज

**आठवणीतल्या कविता आणि सदैव आठवणीत राहाणारे बाबूजी यांना पुन्हा एकदा कानात साठवण्याचा योग रसिकांनी भरभरून अनुभवला. निमित्त होतं, 'आठवणीतल्या कविता' या अल्बमच्या प्रकाशनाचं.**

▸▸ पुणे टाइम्स टीम 30.6.93.

ज्येष्ठ संगीतकार-गायक सुधीर फडके उर्फ बाबूजींना गाताना पाहाणं, ऐकणं हा अवर्णनीय आनंदच. बाबूजींच्या स्वरसाजानं अमृतगोडी लाभलेल्या रचना आणि आठवणीतल्या कवितांनी तृप्त होण्याचा योग नुकताच जुळून आला. बाबूजींच्या प्रतिभेचे रेशमी पैलू उलगडताना मराठी संगीताच्या सुवर्णकाळाची प्रचितीही यावेळी येत गेली.

निमित्त होतं, मराठे ज्वेलर्स प्रस्तुत श्रीपाद उंब्रेकर यांच्या संकल्पना आणि संगीतातून साकारलेल्या 'आठवणीतल्या कविता' या अल्बमच्या प्रकाशनाचं. ज्येष्ठ गीतकार सुधीर मोघे यांच्या हस्ते या अल्बमचं प्रकाशन झालं. ज्येष्ठ गायिका अनुराधा मराठे, प्रसिद्ध निवेदक सुधीर गाडगीळ, डॉ. अरविंद थत्ते, मिलिंद मराठे, राजेश दामले आदी यावेळी उपस्थित होते.

अल्बममधल्या निवडक कवितांची संगीतमय झलक यावेळी सादर करण्यात आली. 'पडू आजारी मौजही वाटे भारी', 'महाराष्ट्रगीत', 'नवलाख दिवे हे तुझ्या घरी', 'मरणात खरोखर जग जगते' या कवितांनी उपस्थितांना आठवणींमध्ये रमवलं.

व्यासपीठावरील मान्यवरांनीही या निमित्तानं आपल्या मैत्रीला उजाळा देत आठवणीतले किस्से उलगडले. संगीत आणि काव्यातला अर्थ हरवत चालल्याची तसंच कविता म्हणजे आवाज करणारे शब्द असं समीकरण सध्या झाल्याची खंत मोघे यांनी यावेळी व्यक्त केली.

कार्यक्रमाचा उत्तरार्ध बाबूजीमय झाला. तो उंब्रेकर यांनी सादर केलेल्या 'स्मरण बाबूजींचे' या दृकश्राव्यपटानं. 'गुरुवंदना', 'वेद आनंद बोलीला', 'चहूकडे सांजरंगांची', 'तुझा शब्द की हा वेद अमृताचा', 'धुंद कळ्यांना धुंदी फुलांना', 'मी तर जाते जत्रला' अशा रचना बाबूजींच्या स्वरात ऐकताना रसिकांना अगळाच आनंद मिळाला. उंब्रेकर यांची निर्मिती आणि संकल्पना असणाऱ्या या सादरीकरणाला उपस्थितांनी दाद दिली.

# युग निर्माते : गदिमा आणि बाबूजी

**सर्वोत्कर्ष पब्लिक चॅरिटेबल ट्रस्टतर्फे युगनिर्माते 'गदिमा-बाबूजी' यांच्या जन्मशताब्दीच्या निमित्ताने... ''चैत्रबन'' या विशेष दृक-श्राव्य कार्यक्रमाचे आयोजन २८ जुलै रोजी करण्यात आले आहे... त्या निमित्ताने...**

संगीतकार-गायक सुधीर फडके आणि कवी-गीतकार गजानन दि. माडगूळकर यांची जन्मशताब्दी आता चालू होत आहे. 'बाबूजी' २५ जुलै १९१९ आणि 'गदिमा' १ ऑक्टोबर १९१९ साली, म्हणजे दोघांमध्ये फक्त दोन महिने सहा दिवसांचा फरक. बाळाचे पाय पाळण्यात दिसतात असे काही घडले नाही. पण, त्यांच्या आगमनाने मराठी माणसाचे नशीब उजळले हे नक्की. शतकात काहीच रत्ने अशी जन्माला येतात आणि अभूतपूर्व असं काही निर्माण करतात की, ज्याने सारा आसमंत उजळून जातो. धरती तेजाने प्रफुल्लित होते. हा निसर्गाचा चमत्कार की ईश्वरेच्छा. शबरीची बोरं जशी श्रीरामांना चाखायला मिळाली तशी गदिमा-बाबूजींच्या स्वर-शब्दांचा अनमोल ठेवा मराठी रसिकांना मिळाला व पुढच्या कितीक पिढ्या तृप्त झाल्या.

गदिमांचे पूर्व संस्कार आई, कथा-कीर्तन यातूनच झाले असावेत. गदिमांनी 'मातृवंदना' लिहून आईबद्दल कृतज्ञता व्यक्त केलीय. 'बाबूजीं'च्या बाबतीत म्हणाल तर आई-वडील संसाराच्या ओझ्याखाली दबले होते. 'राम' म्हणजे बाबूजी पं. वामनराव पाध्ये यांचेकडे शास्त्रीय संगीत कोल्हापूरात प्रथम शिकले. नंतर पुढे भारत भ्रमणात बाबूजींचे अतोनात हाल झाले.

'जगाच्या पाठीवर' या अपुऱ्या आत्मचरित्रात वाचवत नाहीत असे प्रसंग त्यांनी लिहिलेत. या ब्लॅक-व्हाईट काळात संगीताचे विविध प्रकार त्यांना शिकायला-अनुभवायला मिळाले. प्रभात 'काळाच्या आधीचे बाबूजी' यात विशेष शहाण समजतात.

गदिमा फार शिकले नसावेत; पण गांवी असलेल्या संस्कारांच्या शिदोरीवर त्यांची प्रतिभा फुलली.

मला तर ते दैवी-पुरुषच वाटतात. त्या शिवाय त्यांचे कवित्व इतके उच्च दर्जाचे असूच शकत नाही म्हणूनच ते 'महाकवी' झाले. 'बाबूजी' पोटापाण्याचा प्रश्न म्हणून चित्रपटाकडे वळले आणि गदिमा-बाबूजी भेट झाली. याचे श्रेय त्या जगन्नियंत्याला. यातून पुढे निर्माण झाला चित्रपट-संगीताचा सुवर्णकाळ व गीतरामायण.

गदिमा-बाबूजींचा चित्रपट प्रवास 'रुक्मिणी स्वयंवर' १९४६ या चित्रपटाद्वारे सुरू झाला. मग वंदेमातरम्, सीतास्वयंवर, मायाबाजार, संतजनाबाई, वंशाचा दिवा, लाखाची गोष्ट, जनाकाल, मुंबईचा जावई इ. चित्रपटांनी रसिकांवर अधिराज्य केले. 'या सुखांनो या' १९७५ मधील या चित्रपटानंतर गदिमांनी फार काम केले नाही. गीतरामायण १९५५ साली घडले. ते पुढे पुणे-आकाशवाणीवरून रामनवमी ते रामनवमी असे वर्षभर सुरू होते. 'स्वये श्रीरामप्रभू ऐकती'. ते 'गाबाळांनो श्रीरामायण' म्हणजे ५६ गाण्यांचा स्वर-शब्द अभिषेक मराठी तसेच अमराठी श्रोतृवर्गाला सुखावून गेला. 'हृदयस्थ झाले रामायण' अशी अवस्था झाली.

'जोंवरि हे जग, जोंवरि भाषण,
तोंवरि नूतन नित रामायण'

चिरंजीव हनुमंताबद्दल सांगताना गीतरामायण चिरंजीव झालेच, त्याबरोबर गदिमा-शब्द आणि बाबूजी-स्वरही चिरंजीव झाले.

चित्रपटाशिवाय गदिमांचे काव्यलेखन किंवा साहित्यनिर्मिती चौफेर चालू होती. ते उत्तम भावगीतकारच व उत्तम अभिनेते होते.

बाबूजी भावगीते इतर संगीतकारांकडे जास्त गायले. उदा. राम फाटक, यशवंत देव, प्रभाकर जोग इ. गीतरामायणातील ५६ गाणी हा भावसंगीताचा पाठच आहे. १९७७ अखेरीस १४ डिसेंबर रोजी महाराष्ट्राचे वाल्मिकी गदिमा गेले. हे फारच वाईट झाले. सुवर्णअक्षरेच थांबली. शब्द-सूर सर्व काही मूक झाले. सर्वच बाजूंनी हा मोठा आघात होता. पण काय करणार. परत.. ईश्वरेच्छा... १९८० साली 'गीतरामायण रजत महोत्सव' खूपच मोठ्या दिमाखात आठवडाभर चालला होता. भरगच्च, श्रोत्यांसह सर्व दिग्गज उपस्थित होते. 'बाबूजी' गात होते; पण शब्द-प्रभू गदिमा नव्हते. नियतीची ती क्रूर चेष्टा होती.

पुढे 'बाबूजीं'नी आपला शब्द-साथी मित्र 'गदिमां' शिवाय प्रवास सुरू केला; पण तरीही श्रोता आणि खुद्द बाबूजी यांना 'गदिमा आठवणी' शिवाय पुढे जाणे फारच अवघड होऊन बसले.

हिंदीमध्येही बाबूजींनी आपला वेगळा ठसा उमटवला. गोकुल १९४६ ते भाभी की चूडियां १९६१ या दरम्यान २१ चित्रपटांना संगीत दिले. शेवटी संगीत-मार्ग बाजूला ठेवून देशभक्त बाबूजींनी आपले दैवत स्वातंत्र्यवीर सावरकर यांच्या जीवनावरील 'वीर सावरकर' या चित्रपटाचा संकल्प पूर्ण केला. २९ जुलै २००२ रोजी ही महान व्यक्ती आपल्या सर्व जबाबदाऱ्या पार पाडून अनंतात विलीन झाली. या अवनीवरील मराठी माणूस...

'गदिमा-बाबूजीं'ना कसा विसरेल...

– श्रीपाद उंब्रेकर, मो.नं. ९४२११६५८५१.

लोकसत्ता

# पुणे वृत्तान्त

# उपनयनविधी - एका चळवळीचा!

**संगीत क्षेत्रात जुलै १९९५ पासून निष्ठेने आणि सातत्याने कार्यरत असणारी 'सुगम' पुणे ही एक रसिकमान्य संस्था आहे. सुगमच्या ८० व्या वर्षातील पदार्पणानिमित्त रविवार १४ जुलै रोजी विख्यात गायिका शालिनी राजूरकर यांची मैफल होत असून, याच समारंभात संस्थेचे बोधचिन्ह आणि ध्येयवाक्य प्रकाशित केले जात आहे. त्यानिमित्ताने 'सुगम'च्या कार्याचा परिचय करून देणारा हा लेख...**

डॉ. अरविंद थत्ते

हॅलो लोकमत सांस्कृतिक

पुणे, रविवार, दि. ३० सप्टेंबर २०१८ | २

रमण रणदिवे : काव्य आणि गझल मैफल रंगली

# शब्दफुलांनी सुरांना बहर

लोकमत न्यूज नेटवर्क

पुणे : संगीतातल्या जाणिवा काव्य लेखनासाठी उपयुक्त ठरत असल्याने शब्दांमध्ये दडलेले सूर नकळतपणे ऐकू येऊ लागतात. मनाच्या आंतरिकतेमध्ये एकप्रकारे संगीत सुरु असते. अशी शब्दांची सुंदरपणे गुंफण करणाऱ्या ज्येष्ठ गझलकार रमण रणदिवे यांच्या काव्यशब्दांमधून बहरलेल्या सुरांच्या अद्वैतामध्ये रसिक तादात्म्य पावले. मनासारखे कळते का?, तो गुलाबी वेदनांचा, तुझीच लाट शोधते अजून सागरात मी, अशा एकेक गझलांमधून शब्दरूपी फुलांची ओंजळ रसिकांसमोर रिती झाली.. आणि त्या सुमनांच्या सुगंधात रसिक देहभान हरपले.

निमित्त होते ज्येष्ठ गझलकार रमण रणदिवे यांच्या सत्तरीतील पदार्पणानिमित्त सर्वोत्कर्ष पब्लिक चॅरिटेबल ट्रस्टच्या वतीने आयोजित 'रेशीमधागे' या काव्य आणि गझल मैफलीचे. भावगीतात भाव आणि गझलमध्ये रंग असतात. गझल सुखदु:खाची मिरवणूक नसते ते जीवनानुभवाचे छोटे छोटे तुकडे असतात. विविध वेगळे भाव गझेलमध्ये उमटतात असे सांगून रमण रणदिवे एकीकडे गझलचे अंतरंग उलगडत होते आणि दुसरीकडे अनुराधा मराठे, राजेश दातार, योगीता गोडबोले यांच्या कंठस्वरातून रणदिवे यांच्या गझलचे शब्द रसिकांच्या हृदयाचा नकळतपणे ठाव घेत होते. शब्द आणि सुरांचा अद्वितीय संगम रसिकांनी मैफलीत अनुभवला. रणदिवे यांचे तीन सुपुत्र नीलेश, निखिल आणि नितीश रणदिवे मैफलीमध्ये वादनाची साथ करीत होते, हे या कार्यक्रमाचे वेगळेपण ठरले.

चंद्र मागू कसा उधार तुझा, कळे ना लाजताना हा कसा रागावला चाफा या रचनेतील भाव अनुराधा मराठे यांनी स्वरांमधून सुंदरपणे व्यक्त केले. राजेश दातार यांनी मनासारखे कळते का?, तो गुलाबी वेदनांचा, जमेल तेव्हा जमेल त्याने जमेत घ्यावे गाणे या गझलचे सादरीकरण करून सायंकाळच्या गर्द अंधारात प्रकाशाची अनुभूती दिली.

तुझीच लाट शोधते अजून सागरात मी, रे सावळ्या घना बरसून जा, धुंद असू दे चंद्र नभिचा, धुंद असू दे रात्र या योगीता गोडबोले यांच्या स्वरांमध्ये रसिक हरवून गेले. श्रीपाद उंब्रेकर यांनी सुंदर संवादातून मैफलीची एकेक कडी गुंफली.

गझल मैफलीत रमण रणदिवे यांच्याशी संवाद साधताना श्रीपाद उंब्रेकर.

## कलाकाराच्या पाठीवर कौतुकाची थाप हवी

- कलाकारांच्या पाठीवर आशीर्वादाच्या कौतुकाची थाप आणि मित्रांचा हातात हात असावा लागतो, अशी भावना रमण रणदिवे यांनी व्यक्त केली. शांताबाई शेळके यांनी पहिल्या गझलच्या पुस्तकाला प्रस्तावना लिहिली होती. त्यांच्याशी घरोब्याचे सूर जुळले होते.
- कुणालाही विचार करून लिहिता येणार नाही अशा त्या बोलायच्या. त्या गोष्टी वेल्हाळ होत्या. पहिला संग्रह १९९० मध्ये आला. तेव्हा शंकर वैद्य, शांता शेळके, सुरेश भट, सुरेशचंद्र नाडकर्णी यांच्यासारख्या प्रज्ञावंतांच्या प्रकाशवनात माझी कविता पारखून घेता आली, याचा मनस्वी आनंद होतो. कलावंताने तृप्त असू नये विद्यार्थी राहायला हवे असे त्यांनी सांगितले.

## गटा-तटाचे राजकारण

- आज सर्वच क्षेत्रात गटा-तटाचे राजकारण आहे. कलाकारांनाही गटा-तटाच्या राजकारणाला सामोरे जावे लागते अशा शब्दात रमण रणदिवे यांनी कलाकारांची व्यथा मांडली.

## माहिती नसणारेच कार्यशाळा घेतात

- गझलच्या तंत्राची माहिती नाही ते गझलच्या कार्यशाळा घेतात. स्वत: निसरड्या रस्त्यावर उभे आहेत आणि इतरांना आधार द्यायचा प्रयत्न करतात, असे सांगून त्यांनी तथाकथित गझलकारांना फटकारले.

# श्रीपाद उंब्रेकर

सुगम संगीत अभ्यासक

**पत्ता :** २०२-पाखर सोसायटी ७०/३ B एरंडवणे ऑफ लॉ कॉलेज रोड, पुणे ४११००४

**फोन :** ०२०-२५४१ ०६८९ | **मोबा. :** ९४२१९ ६५८५५, ९४०५८ ६४७७२

- पं.रामचंद्र विनायक पटवर्धन, पं.द.के.आगाशे यांच्याकडे संगीत शिक्षण. गजानन वाटवे (भावगीत गायक, संगीतकार) आणि सुधीर फडके (संगीतकार-गायक) यांच्याकडे सुगम संगीताचे मार्गदर्शन.
- आकाशवाणी, दूरदर्शन, स्टेज कलाकार. 'सिंड्रेला' या नाटकास संगीत.
- ग.दि.मा.यांच्या 'चैत्रबन' या कार्यक्रमात प्रवेश. तसेच आठवणीतील गाणी, रत्नमाला, आपली आवड, आनंदघन इ. कार्यक्रमातून सहभाग.
- १९९५, 'सुगम' संस्थेची स्थापना. २००४ पर्यंत वेगवेगळ्या प्रकारचे कार्यक्रम करून एक सांस्कृतिक चळवळ उभी केली. एक विश्वस्थ, गायक, निर्माता, संयोजक, मार्गदर्शक इ.जबाबदारी.
- २००५ ते २००७ सुगम संगीत शिकवले.
- २००८मध्ये कवी रॉय किणीकर यांच्या 'रात्र-उत्तररात्र' या नवीन C.D.(AUDIO) करिता रुबायांसाठी संगीत.
- मित्र फौंडेशनतर्फे २०१०मध्ये संगीतकार-गायक सुधीर फडके यांच्या, गायकी आणि घराण्याविषयी दृक-श्राव्य कार्यक्रम 'बाबूजी' सादर केला.
- २०११मध्ये स्वतः संगीतबद्ध केलेल्या 'आठवणीतल्या कविता' हा कार्यक्रम. सर्व गाणी सुधीर गाडगीळ यांच्या निवेदनासह youtube.com वर उपलब्ध.
- ४ नोव्हेंबर २०१२ रोजी मित्र फौंडेशनतर्फे 'कोरिओग्राफी'वर आधारित 'बाजे पायालीया.....', मधुबाला ते माधुरी दिक्षीत एक नृत्यमय झलक.(मुघल-ए-आझम ...ते देवदास) हा स्व-संकल्पना असलेला दृक-श्राव्य कार्यक्रम
- भारतरत्न लता मंगेशकर यांच्या संगीत कारकीर्दीवर आधारित (हिंदी-मराठी) विविध पैलूंचे दर्शन घडवणारा दृक-श्राव्य कार्यक्रम 'अजि सोनियाचा दिनु'
- महाकवी ग.दि.माडगूळकर आणि श्रेष्ठ संगीतकार-गायक सुधीर फडके या दोन महान कलाकारांच्या जन्मशताब्दी निमित्ताने त्यांच्या विविध पैलूंचे दर्शन घडवणारा विशेष दृक-श्राव्य कार्यक्रम विविध ठिकाणी सादर होत आहे.

## प्राची जोशी - हर्षे

- इलेक्ट्रॉनिक्स आणि टेलिकम्युनिकेशन अभियांत्रिकीची पदवी
- बालसाहित्याचा अनुवाद, विविध कार्यक्रमांचे संहिता लेखन आणि संगीत-काव्य मैफिलींचे सूत्रसंचालन, शिक्षण, साहित्य, कला आणि साहस अशा विविध क्षेत्रांत कार्यरत असणाऱ्या बहुआयामी लेखिका
- २२ वर्षे अध्यापन तसेच Content Head
- लेखन, वाचन, ध्वनिमुद्रण आणि आशय निर्मिती (Content Creation), लहान मुलांसाठी शैक्षणिक आणि रंजक ऑडिओ साहित्याची निर्मिती
- 'वाचलेले काही चांगलेसे' या स्वतःच्या उपक्रमाद्वारे त्यांनी आजवर ३५ हून अधिक दर्जेदार पुस्तकांचे रसग्रहण ध्वनीमुद्रित करून ते अनेकांपर्यंत प्रभावीपणे पोहोचवले आहे.
- 'माइंड स्वेट अँड ग्लोरी' या पुस्तकाच्या लेखिका, 'खजुराहो'च्या इतिहास आणि स्थापत्यवैशिष्ट्यांवर डॉक्युमेंट्री युट्यूबवर उपलब्ध
- अनेक अर्ध मॅरेथॉन (२१ किमी) पूर्ण
- 'एव्हरेस्ट बेस कॅम्प' आणि 'अन्नपूर्णा बेस कॅम्प' हे दोन्ही ट्रेक्स पूर्ण

# सकाळ प्रकाशनाची इतर पुस्तके

- स्वराभिषेक : निखिल विद्याधर पंडितराव
- गंधार - मैत्री संगीताशी : सायली पानसे शेलिकेरी
- पोत अलवार भावनांचा : रेणुका आशिष
- ती आणि इतर काही : मिलिंद गाडगीळ
- इये कविताचिये नगरी : मो. ज. मुठाळ
- मी कोणाचा? मी माझा! : सुरेश रामकिसन राठी
- जगणे सुंदर आहे : मोहन जोशी
- मनापासून मनातले : गोविंद अनंत कुलकर्णी
- कर्तव्याचा महामेरू : प्रा. सुधाकर रोहोकले
- खटपट : निवृत्ती जोरी
- मुक्तछंद : डॉ. स्मिता झंवर
- भावबंध : प्रा. मोहन सरडे
- मंत्रभूल : वैशाली पंडित
- फुलबाग : प्रा. सुरेश गर्जे
- गंधाळलेली फुले : प्रा. डॉ. पाटील
- फुलांच्या दुनियेत : मृणाल तुळपुळे
- मनाच्या आरशात : प्रिया खैरे

www.ingramcontent.com/pod-product-compliance
Lightning Source LLC
LaVergne TN
LVHW010941051026
849532LV00003B/1077